ĐINH QU

KÝ

NGƯỜI VIỆT BOOKS

KÝ

Tác giả: Đinh Quang Anh Thái

Người Việt Books xuất bản lần thứ nhất tại Hoa Kỳ, 2018

Trình bày: Uyên Nguyên

Hình bìa: Huỳnh Ngọc Dân

ISBN: 978-1986667012

- Chào đời tại Hà Nội được 7 tháng thì mẹ ẫm vào Nam trong cuộc di cư năm 1954.
- Theo chân bố làm công chức, sống tại Đà Lạt, Sài Gòn, Biên Hòa, Mỹ Tho, Quảng Ngãi, Quảng Nam.
- Học xong trung học.
- Sau 1975, bị cộng sản bắt vì tham gia Mặt Trận Dân Tộc Tiến Bộ, in và phổ biến tờ báo bí mật Toàn Dân Vùng Dậy.
- Vượt biên năm 84, đến đảo Galang-Indonsia. Sang Mỹ định cư cuối năm 1984, kiếm sống bằng các nghề đánh cá, cắt cỏ, nhà in, lau nhà, giao hàng, lái taxi.
- Làm việc một thời gian tại các trại ty nạn Hồng Kông; lang thang các nước Đông Âu và Nga khi khối cộng sản sụp đổ năm 1989.
- Hai mươi lăm năm trở lại đây, làm trong ngành truyền thông.

MỤC LỤC

Nếu họa sĩ vẽ chân dung bằng cọ thì với tác phẩm này Đinh Quang Anh Thái đã hoàn tất được những bức chân dung bằng ngòi viết của mình qua nhiều nhân vật danh tiếng thuộc các lãnh vực chính trị, xã hội cũng như văn hóa. Để làm được công việc này, hẳn không phải dễ. Bởi điều trước hết là người viết phải thật trung thực khi cầm bút, nếu không, tác phẩm sẽ dễ rơi vào tình trạng viết ra để thù tạc. Rồi thứ đến, tác giả phải có liên hệ mật thiết với những nhân vật mình viết để mang lại cho chân dung những đường nét hiếm hoi, bất ngờ, khám phá. Và sau cùng, viết ra không phải chỉ là để đọc qua rồi bỏ mà còn là một sự gửi gấm những tâm tình, ghi gói những niềm ước mơ về tương lai còn ấp ủ của những nhân vật được khắc họa và gửi lại cho thế hệ sau những mảnh gương sáng ngời của thế hệ đi trước. Tất cả những điều kể trên, Đinh Quang Anh Thái đã thực hiện được trong tác phẩm này. ~ **Nhật Tiến**

Ngoài đời Đinh Quang Anh Thái có dáng vẻ của một tay giang hồ, nhưng cũng rất kỷ luật và nguyên tắc. Bấy lâu, thính giả đã quen thuộc với một Đinh Quang Anh Thái có giọng nói nội lực, khúc triết qua các bản tin, phóng sự, phỏng vấn nhân vật bên trong và ngoài nước, cả với vai trò của một MC điều hợp chương trình trong các buổi lễ hội. Nay qua tập Ký, là hợp tuyển những bài viết mới được xuất bản, độc giả sẽ khá ngạc nhiên khi tiếp cận với một Đinh Quang Anh Thái khác. Ký vốn là một thể văn rộng rãi, nhưng với Đinh Quang Anh Thái chủ yếu là những ghi chép về nhân vật và sự kiện, qua những hoàn cảnh và các giai đoạn mà Đinh Quang Anh Thái có dịp tiếp xúc, trải qua và sống với. Chân dung các nhân vật được lột tả sống động, các sự kiện phong phú được ghi lại với một trí nhớ dễ nể và được viết với một văn phong bộc trực thô nhám nhưng không thiếu phần tinh tế. ~ **Ngô Thế Vinh**

"Ngừng đậy soi bóng bên dòng nước lũ
Cầu cao nghiêng dốc bên giòng sông sâu ..."

Biết Đinh Quang Anh Thái, nên khi đọc xong tập bút "Ký" của anh, tôi hình dung ra chàng tuổi trẻ một thoáng dừng bước giang hồ, ghi vội những điều mình đã trải nghiệm, những con người có lần gặp gỡ từ những cơ duyên bất chợt trong suốt cuộc ruổi rong.

Thái bắt đầu cuộc phiêu lưu từ thuở chưa đến tuổi hai mươi, mỗi bước đi anh mang theo ngọn lửa của lý tưởng của thương yêu. Ngọn lửa đã theo Thái đi bốn phương tám hướng, từ Việt Nam qua Mỹ, rồi sang Âu sang Á, đi vòng hết tinh cầu, đi từ những vùng sáng tự do đến những góc tối đen tù ngục. Chính ngọn lửa đó đã khơi lên tình bằng hữu giữa những người khác chủng tộc, hoặc không cùng thế hệ, giữa những người đã có lần thuộc về hai bờ bến khác nhau của dòng Bến Hải; ngọn lửa nóng đủ để làm tan chảy giá băng cách biệt và nối kết những tâm tư có cùng chung mẫu số. Và tôi cũng biết Đinh Quang Anh Thái, để hình dung ra gã trung niên giang hồ phiêu lãng sẽ vẫn còn tiếp tục cuộc viễn du, vang vang lời hát:

Nhưng đường quá xa vời
Hương trời vẫn mê mài
Đời tôi sao vẫn còn biên giới ...
(Bên Cầu Biên Giới – Phạm Duy)

Nguyễn Hoàng Duyên

Tôi đã sống với những giấc mơ nhỏ bé bên người yêu như "ta muốn cùng em say... ", cho đến những ước vọng ngoài tầm tay cho quê hương như "có bao giờ máu xương tàn, núi rừng ươm nắng... "

Những ước vọng cho quê hương đó tôi đã nhiều lần tiếc nuối vì không có cơ hội đóng góp tích cực hơn. Nay đọc tập Ký này của Đinh Quang Anh Thái, anh đã cho tôi cùng anh bước lại các đoạn đời đấu tranh của chính anh trải dài theo lịch sử đất nước từ khi anh 20 tuổi và vẫn tiếp tục trong những năm tháng xa xứ.

Qua các sinh hoạt đấu tranh của anh và các bạn đồng chí hướng được ghi lại trong cuốn Ký, tôi đã được "gặp và sinh hoạt" với một Trần Văn Bá của Tổng Hội Sinh Viên Việt Nam tại Paris mà tôi rất ngưỡng mộ; gặp Đỗ Ngọc, Hoài Hương, Hồ Huy và các sinh viên, công nhân Đông Âu tranh đấu cho một Việt Nam dân chủ, tự do. Tôi còn được biết một Đoàn Kế Tường, một Bùi Bảo Trúc, một Đỗ Ngọc Yến, một Nguyễn Ngọc Bích và rất nhiều sĩ phu Việt Nam khác đã hết lòng với quê hương dân tộc mà lòng tôi luôn luôn kính phục.

Riêng cá nhân tôi, với ước vọng được nhìn thấy một quê hương Việt Nam an bình, người người hạnh phúc, tôi trân trọng cám ơn Đinh Quang Anh Thái đã cho tôi được chia sẻ những kinh nghiệm dấn thân của anh trong hơn 40 năm qua cho quê hương thân yêu của chúng ta. ~ **Đăng Khánh**

Đinh Quang Anh Thái được dư luận mô tả là rất giầu có vốn sống ở nhiều lãnh vực khác nhau: Từ kinh nghiệm tù đầy khi còn rất trẻ do những hoạt động mang tính chống phá nhà cầm quyền Cộng Sản Hà Nội. Ông cũng được mô tả là người có thâm tình đặc biệt với những nhân vật làm chính trị, cách mạng, cũng như văn học, nghệ thuật nổi tiếng của người Việt trong nhiều thập niên qua. Điển hình là những bút ký của họ Đinh về những nhân vật tiêu biểu cho thời đại chúng ta như nhà văn hóa, nhà cách mạng Hồ Hữu Tường; nhà báo Như Phong / Lê Văn Tiến; giáo sư Tâm Việt / Nguyễn Ngọc Bích, nhà thơ Nguyễn Chí Thiện... Những người trẻ, thế hệ kế tiếp, nhưng cũng đã để lại những dấu ấn lớn như cố bác sĩ Hoàng Cơ Trường; anh hùng Trần Văn Bá; nhà báo Đỗ Ngọc Yến... Về phía nhà văn, nhà thơ, người ta thấy tác giả đề cập tới những tên tuổi quen thuộc như Nguyễn Tất Nhiên, Bùi Bảo Trúc, Đoàn Kế Tường...

Có dễ vì Đinh Quang Anh Thái từng "neo" sinh mạng mình ở những "bờ bến sinh tử" thời sự khác nhau, nên "Ký" của ông đã được chào đón với nhiều tin cậy, thiện cảm, giữa cảnh "chợ chiều" của sinh hoạt chữ, nghĩa ngày một thêm lạnh, nhạt, co cụm... ~ **Du Tử Lê**

Đây là một cuốn sách với nhiều mẩu chuyện thú vị, bao gồm nhiều chủ đề vì tác giả là người đi nhiều, quen biết nhiều, và sống rất nhiều. Đọc để trải nghiệm về một nước Nga kinh hoàng trong thời kỳ Cộng Sản tan rã; để thương cảm cho những thân phận tù; để biết lòng vị tha của Nguyễn Chí Thiện, đa tài của Đỗ Ngọc Yến, tâm bất an của Nguyễn Tất Nhiên, v.v. Và cuối cùng, đọc để nhận ra tấm lòng đối với quê hương, đất nước và con người Việt Nam của Đinh Quang Anh Thái. ~ **Nam Phương**

Hầu hết các bài trong tập sách được viết khi nhân vật vừa qua đời. Thấy nước mắt, nghe lời ai điếu, đôi khi cả lời xin lỗi kín đáo và muộn màng từ tác giả gởi người vừa nằm xuống. Tập sách như nén hương lòng thắp tạ những nhân vật của một thời! ~ **Phạm Phú Thiện Giao**

Những câu chuyện thật, những con người thật, những nơi chốn thật, nhưng trên hết là tình người và những tấm lòng chân thật đã ở lại cùng tác giả xuyên suốt những cuộc hành trình, trở thành những mảng lịch sử sống được ghi vào trang giấy. Mai này, nếu có ai muốn tìm lại hình ảnh những nhân vật, những cộng đồng, những câu chuyện tranh đấu Việt cùng khắp năm châu, cuốn Ký này có lẽ là một trong những cuốn sách gối đầu. Hiện tại, theo lời tác giả, Ký có được là nhờ những đêm tỉnh giấc chơi vơi... ~ **Hòa Bình**

Hồi làm ở nhật báo Người Việt, tôi thường bị anh rầy, thậm chí kỷ luật. Nhưng làm sao khi anh kỷ luật ai đó, lại mang đến cho họ cảm nhận của sự quan tâm ân cần. Những bài ký của anh cũng vậy, khi kể về mỗi sự kiện-nhân vật, đã thực tả không nhân nhượng ngay khi phải đề cập đến những "tính hư, tật xấu", nhưng qua đó người đọc dễ nhận ra sự tinh tế trong bất kỳ mối giao hảo nào của anh trong đời sống lịch nghiệm, đầy tính nhân văn. Anh viết với tất cả sự ân cần không chỉ đối với những nhân vật được nhắc trong tập Ký, mà còn đối với tất cả độc giả đang cầm quyển sách trên tay. ~ **Uyên Nguyên**

Những mảnh đời qua bút kí
của
Đinh Quang Anh Thái

NGUYỄN VĂN TUẤN

C ó những bài tùy bút và bút kí mà khi đọc xong chúng ta tự hỏi sao tác giả 'hay chữ' thế, sao mình không nghĩ ra được những chữ đẹp lộng lẫy như tác giả. Nhưng cũng có những bài bút kí làm chúng ta trầm trồ khen tác giả về những câu chuyện độc đáo, những vốn sống, về sự phong phú trong trải nghiệm xã hội, và những mối giao hảo đúng người, đúng địa chỉ. Tôi gọi hai loại bút kí là *kí của nhà văn* và *kí của nhà báo*. Trong những bài kí của nhà văn, ý tưởng có thể lan man, chuyện nọ xọ chuyện kia, nhưng văn chương và chữ nghĩa lại là cả một sáng tác. Còn kí của nhà báo thì có cái khó vì tác giả phải sắp xếp và lồng những trải nghiệm của mình trong câu chuyện về một nhân vật sao cho độc giả thẩm thấu câu chuyện và ý nghĩa của nó; đó là loại bút kí biến *dữ liệu* thành *thông tin*.

Đinh Quang Anh Thái là một tác giả của loại kí thuộc nhóm hai. Qua 12 bài kí sự trong cuốn sách, tác giả đã kể lại những cuộc tiếp kiến với những văn nghệ sĩ và nhà hoạt động nổi tiếng như Bùi Bảo Trúc, Đỗ Ngọc Yến, Đoàn Kế Tường, Hồ Hữu Tường, Hoàng Cơ Trường, Nguyễn Ngọc Bích, Nguyễn Tất Nhiên, Lê Văn Tiến, Nguyễn Chí Thiện, Trần Văn Bá. Tất cả những nhân vật vừa kể đều đã ra người thiên cổ, sau một lần ở trọ trần gian. Thời gian 'ở trọ' của họ đã để cho thế hệ sau những bài học nhân thế, tình yêu quê hương, và niềm hi vọng về một ngày đất nước Việt Nam sẽ sáng chói. Quyển kí này là một lời giới thiệu tổng quan về những nhân vật trên mà thế hệ sau có thể tìm hiểu sâu hơn.

Chiến tranh và hệ quả của nó trong thời hậu chiến là môi trường cho những chất liệu phong phú cho bút kí. Có biết bao câu chuyện bi hùng cần được kể lại. Thế nhưng trong thực tế có rất ít bút kí trong văn học Việt Nam, có lẽ người Việt chúng ta không quen với kí và hồi kí. Cũng có những cuốn kí từ một phía của cuộc chiến, nhưng hình như đó là những tập kí có mục tiêu tuyên truyền kèm theo những thậm xưng mang tính thần thánh là chính. Còn ở cuốn kí này, bạn đọc sẽ gặp những con người thật, những sự việc thật, và cái chất thật được thể hiện qua những thành bại, hỉ nộ ái ố của các nhân vật. Không có thần thánh. Chẳng có tuyên truyền. Tất cả là sự thật.

Tôi gọi tập bút kí này là *những mảnh đời*. Đó là mảnh đời lưu vong của những văn nghệ sĩ như Nguyễn Chí Thiện, Nguyễn Tất Nhiên, và những đồng hương ở Nga và Tiệp. Họ là những người trong giới tinh hoa (*elite*) của miền Nam, của dân tộc như Nguyễn Ngọc Bích, Bùi Bảo Trúc, Hồ Hữu Tường, Lê Văn Tiến. Họ là những nhà hoạt động nổi danh một thời như Trần Văn Bá, Hoàng Cơ Trường... Họ là những du học sinh và những người lao động chân tay ở xứ người. Như DNA của 6 tỉ người trên hành tinh này chẳng ai giống ai, nhưng ai cũng có 23 nhiễm sắc thể, mười nhân vật trong quyển kí này có những chất liệu hoàn toàn khác nhau, nhưng có cùng chung thân phận: long đong. Long đong ở nước ngoài hay chính trên đất nước mình, nhưng tất cả đều có một mẫu số chung về lí tưởng: mong cho quê hương sáng chói.

Người đọc kí thường trông chờ những thông tin "độc" từ những nhân vật và sự kiện sẽ không thất vọng với tập kí này. Ví dụ như những câu chuyện độc đáo đằng sau một cây bình bút nổi tiếng Bùi Bảo Trúc. Những ai từng yêu mến kiến văn uyên bác và cách viết dí dỏm của Bùi Bảo Trúc sẽ thấy thích thú khi biết rằng ông từng là một phát ngôn viên của

Chính phủ Việt Nam Cộng Hòa. Ông Bùi Bảo Trúc là người mà trình độ tiếng Anh có thể ngang hàng trình độ tiếng mẹ đẻ, người mà *"giá nhắm mắt thì có thể nhầm là một người Anh chính cống đang phát biểu"*, và người đã *"dùng ngoại ngữ đối đáp và tạo được sự nể trọng của giới kí giả nước ngoài."* Một người giỏi tiếng Anh khác là Giáo sư Nguyễn Ngọc Bích (từng là giám đốc chương trình Việt ngữ của Đài Á Châu Tự Do), người mà tác giả mô tả rằng *"[...] mỗi khi chú chấp bút viết một bản văn bằng Anh ngữ, Phó tổng giám đốc đài là nhà báo Dan Southerland phải thốt lên rằng, không thể sửa, dù một dấu phẩy bài chú viết."* Đọc đoạn này chúng ta có thể so sánh với những phát ngôn viên ngày nay của Việt Nam Xã Hội Chủ Nghĩa thì chỉ biết ngậm ngùi.

Hay những câu chuyện làm chúng ta phải chạnh lòng về cuộc đời của các nghệ sĩ. Ai yêu nhạc đều biết đến cái tên Nguyễn Tất Nhiên, nhưng có lẽ ít ai biết đằng sau những vần thơ tình tươi tắn và nghịch ngợm đó lại là một cuộc đời bị ám ảnh bởi cái chết và ... muốn chết. Nguyễn Tất Nhiên thường hay tâm sự với người bạn mình là Đinh Quang Anh Thái rằng "chắc có ngày tui tự tử quá ông ơi", và quả thật ngày đó đã đến vào năm 1992 khi Nguyễn Tất Nhiên tự kết liễu đời mình trong một chiếc xe cũ kĩ đậu trong sân một ngôi chùa ở Little Sài Gòn. Trước ngày chết một tuần, khi được mời đi ăn trưa, Nguyễn Tất Nhiên thản nhiên nói "thằng sắp chết không ăn, không hút thuốc." Có ai nghĩ tác giả của *Thà như giọt mưa, Trúc đào, Cô Bắc kì nho nhỏ* lại từ giã cõi đời trong hoàn cảnh như thế.

Tác giả còn kể lại hai chuyến đi sang Tiệp và Nga, với những câu chuyện hết sức thú vị về du học sinh và những người đi lao động bên đó. Những câu chuyện về sự bưng bít thông tin ở trong nước, những khát vọng của các sinh viên và người lao động về một nước Việt Nam mới, được Đinh Quang Anh Thái viết ra rất thật và chân tình. Câu chuyện đi Nga với hãng hàng không Aeroflot có thể làm cho những người sống ở phương Tây như chúng ta phải mở mắt kinh ngạc. Tác giả kể "*Thảm lót sàn rách nát, có chỗ cộm lên từng cục, nhất là ngay cửa vào, chỗ để mấy xe thức ăn, thảm rách được lấp liếm qua loa như một đống giẻ dơ bẩn khiến tôi suýt vấp ngã. Chưa hết, chỗ để hành lý trên đầu hành khách không có nắp đậy an toàn, nó chỉ là một loại kệ chạy dài gắn vào thân phi cơ.*" Nhưng câu chuyện trên máy bay thì có thể làm cho chúng ta đắng lòng, khi tác giả hỏi một cô người Nga ngồi cạnh trong chuyến bay "*có bao giờ cô gặp người Việt Nam ở Nga chưa*", cô nói "*Có chứ, chẳng có gì tốt đẹp về họ cả, buôn chui bán lận, gấu ó lẫn nhau là tất cả chuyện về họ.*" Đến ngày rời Nga cũng có một câu chuyện giống với trải nghiệm của hầu hết người Việt ở các phi trường lớn của Việt Nam: "*Sáu ngày với cái lạnh và đói ở Mockba rồi cũng đến lúc chia tay. [...] Qua cổng hải quan, kỷ niệm chót của chúng tôi tại xứ này là mỗi đứa phải 'thông cảm' 20 dollars cho nhân viên di trú kiểm soát thông hành. Nếu không, người 'anh em' gây khó dễ thì 'làm gì nhau.'"*

Và, còn nhiều câu chuyện hay như thế, nhưng tôi để cho bạn đọc tự tìm đọc và suy nghiệm. Những câu chuyện về Đỗ Ngọc Yến, người sáng lập nhật báo Người Việt, tờ báo lớn nhất của người Việt ở nước ngoài; về Nguyễn Ngọc Bích, từng là Giám Đốc Ban Việt Ngữ Đài Á Châu Tự Do; về Như Phong Lê Văn Tiến, một nhà báo lừng danh mà tác giả gọi một cách thân thương là "Cậu Tiến". Tất cả đều được Đinh Quang Anh Thái phác họa bằng một văn chương dễ đi vào lòng người: đó là *văn chương mang tính hình tượng*.

Tôi biết Đinh Quang Anh Thái khá lâu. Những năm trong thập niên 1990s tôi hay đóng góp bài vở cho *Tạp chí Thế Kỷ 21*, một tạp chí của Người Việt, nơi anh làm việc. Biết qua những bài viết, chứ ít khi nào gặp và nói chuyện. Lần đầu tiên tôi có dịp gặp và nói chuyện với anh là qua một anh bạn khác, và anh để lại trong tôi ấn tượng của một người thẳng thắn, cương trực, nhưng hài hước - một tố chất rất cần thiết trong những buổi đàm đạo trên bàn cà phê. Nhìn bề ngoài anh trông giống một gã giang hồ hơn là một kí giả, nhưng khi anh nói chuyện thì mới thấy cái duyên chất của một kí giả. Sau 1975 anh từng bị tù ở Việt Nam (tôi không hỏi vì lí do gì) nhưng anh kể chuyện trong tù hết sức dí dỏm, có khi cười ra nước mắt, y như một cuộc du ngoạn, chứ không phải đi tù. Bùi Ngọc Tấn đi tù và 'chưng cất' những nỗi đau khổ thành chữ, nhưng đối với Đinh Quang Anh Thái nhà tù có vẻ như là nơi anh chắt chiu những câu chuyện hài đen về xã hội chủ nghĩa. Những gì anh trải nghiệm ở Nga mang đậm chất hài đó, và chắc chắn sẽ đem đến cho bạn đọc nhiều nụ cười mỉm.

Đinh Quang Anh Thái là một kí giả, nên anh có một vốn sống rất phong phú. Những bài bút kí này chưa phản ảnh hết những gì anh biết về nhiều nhân vật khác. Phải nghe anh nói về những lần gặp gỡ với văn thi nhạc sĩ lừng danh, những chính khách lừng lẫy lẫn chính khách nửa mùa mới thấy anh có cái tài kể chuyện. Đó là những thông tin "độc" - theo cách nói thời nay ở trong nước. Lúc nào cũng bằng một lối nói sôi nổi và hào hứng. Lúc nào anh cũng kết thúc câu chuyện bằng một câu kết như là một bài học ở đời. Câu kết thường là trắng đen, dứt khoát, không có vùng màu xám. Nhưng trong loạt bài bút kí này, những câu kết của anh thường là những câu buồn và vương vấn. Viết về Hồ Hữu Tường, tác giả kết thúc bằng câu "[...] *thương bác những ngày nghiệt ngã trong trại giam, bưng chén canh chung lên môi, nuốt cùng bao nỗi cay đắng khổ cực của một phận người suốt đời mưu cầu cái chung cho dân tộc"*, hay viết về Như Phong Lê Văn Tiến, tác giả nhận xét *"Bây giờ thì cậu không còn nữa, nhưng đó chỉ là phần xác thôi, chứ tinh anh của cậu vẫn còn và sẽ còn mãi trong lòng nhiều người, nhiều thế hệ."*

Nói như Nhạc sĩ Tuấn Khanh, Việt Nam là một *"phác đồ của nghịch cảnh, phác đồ của mỗi cá nhân bị buộc phải chịu trách nhiệm thay cho các nền chính trị đã điều khiển dân tộc này, chưa thấy yêu thương đã ngập hận thù. Tất cả chúng ta đã hoặc đang là nạn nhân của chính trị."* Mười hai bài bút kí trong tập sách này nói lên thân phận của những nạn nhân đó. Đáng lý ra tôi sẽ 'bật mí' cho bạn đọc những câu chuyện hay khác về học giả Hồ Hữu Tường và thi sĩ Nguyễn Chí Thiện, nhưng tôi nghĩ các bạn không muốn tôi làm như thế vì cần phải để dành một số ngạc nhiên. Những câu chuyện trong tập sách, nói theo khoa học, chỉ là dữ liệu; cái quan trọng hơn là thông tin. Người viết bút kí hay là người biết chuyển hóa dữ liệu thành thông tin. Qua tập bút kí này các bạn sẽ thưởng thức những thông tin để đời mà các nhân vật và sự kiện đã đóng góp qua tài chuyển hóa của tác giả Đinh Quang Anh Thái.

Bác Năm Tường
'Phi Lạc Náo Chí Hòa'

Những người muôn năm cũ

Hồn ở đâu bây giờ?

(Vũ Đình Liên)

Tháng Giêng, 1979, trại giam T 20 Phan Đăng Lưu ồn lên những lời đồn đãi, là Cộng Sản Tàu đang động binh ở vùng biên giới mạn Bắc để đánh Cộng Sản đàn em Việt Nam. Tù nhân trong trại xì xầm bàn tán. Người thì hy vọng tình hình sẽ sớm thay đổi để thoát cảnh tù đày; người thì lo ngại Tàu mà thắng thì đất nước sẽ còn bi đát hơn; người thì dửng dưng phản ảnh tâm trạng chẳng còn trông mong gì nữa.

Dù sao, những tin tức chẳng có gì là chính xác, do người mới bị bắt từ ngoài mang vào, cũng giúp đời tù bớt nhàm chán, phần nào quên đi đói khát, ghẻ lở, nóng bức của phòng giam nêm người như cá mòi sắp lớp trong hộp.

Học giả Hồ Hữu Tường trong mắt Họa sĩ Tạ Ty.
(Nguồn: Internet)

Trong bối cảnh đó, một số tù ở các phòng nhận lệnh chuyển trại.

Một buổi sáng, kẻng vừa điểm, báo hiệu giờ làm việc của trại, công an quản giáo trại giam tay cầm danh sách đến từng phòng đọc tên tù nhân phải chuyển trại. Không khí ồn lên như cái chợ. Tiếng "cục tác" vang từ phòng này sang phòng khác. Hầu như mọi người ai cũng ngoác miệng kêu lên thành tiếng như gà sắp bị đem đi cắt cổ. Tiếng kêu truyền khắp nơi nghe như âm thanh một lò sát sinh.

Chả là tù nhân gọi những lần chuyển trại là "bắt gà." Hình ảnh người ta thò tay vào chuồng lùa bắt từng con gà đem đi giết lấy thịt gây ra sự hoảng loạn cho loài gia cầm này ra sao, thì cảnh của các phòng giam mỗi khi có lệnh chuyển phòng, hay chuyển trại, cũng y như thế. Người đi ưu tư lo lắng, không biết rồi về đâu; người ở lại buồn bã, không biết ở là tội nặng, hay đi là tội nhẹ.

Từ phòng 5 khu C 2, tôi và một số người nữa bị chuyển sang phòng 2 khu A, nhập cùng tù nhân từ các phòng giam khác. Chuyến chuyển phòng lần này giúp tôi rút ngắn được hình phạt bị còng tay 90 ngày vì tội... đánh ăng ten.

Bước chân vào phòng giam mới, tôi vui mừng vì gặp lại hai bạn tù cùng ở với nhau những tháng trước đó nơi phòng 5 khu C1, là anh Hồ Chánh và anh Nguyễn Văn Lịch. Chưa kịp bỏ những vật dụng nhếch nhác của đời tù xuống đất, anh Lịch nắm tay tôi kéo về phía góc phòng và giới thiệu với tôi một ông già mà mới nhìn, tôi biết ngay là nhân vật tiếng tăm lừng lẫy: Hồ Hữu Tường. Anh Lịch nói, bác Năm, thằng Thái nè, nó chính là thằng "Giao" mà anh Linh định đưa đến gặp bác Năm lúc chưa bị bắt đó.

Lời giới thiệu của anh Lịch lôi tôi về cái đêm mưa gió tầm tã ở chân cầu Thị Nghè những ngày gần cuối năm 1975. Đêm đó, tôi đạp xe đến một điểm hẹn để cùng anh Linh đi gặp bác Hồ Hữu Tường. Anh Linh, tôi đã có dịp quen khi đi sinh hoạt với Đoàn Văn Công Chí Linh do Nhạc sĩ Viết Chung cầm đầu tại Trung Tâm Huấn Luyện Cán Bộ Quốc Gia Vũng Tàu thời năm 1972. Cái hẹn đêm đó là để tôi tham gia hoạt động trong tổ chức của bác Hồ Hữu Tường. Gặp anh Linh, anh bảo, đêm tối gió mưa thế này mà lò mò đến nhà bác Năm thì không an tâm lắm, vì căn nhà trong ngõ hẻm gần rạp xi nê Đa Kao của bác Năm thường xuyên bị công an theo dõi. Thế là chúng tôi chia tay, anh Linh hẹn tôi một dịp khác.

Trước đêm đó, tôi nhờ Hồng Anh, một người bạn là học trò tiếng Tây Ban Nha của bác Năm để ý dùm mọi động tịnh chung quanh nhà bác, mỗi khi anh đến nhà bác để học. Anh bảo tôi chắc anh cũng phải thôi, không dám đến học nữa, vì mỗi khi ra vào, công an nơi phường bác Năm ở để ý anh kỹ lắm. Hồng Anh bây giờ làm chủ báo một tờ tuần báo rất thành công ở Melbourn bên Úc. Năm 1994, khi tôi sang Úc chơi, gặp lại nhau, Hồng Anh bảo, hú hồn, may mà vượt biên sớm, chứ không thì đã oan mạng vì vụ bác Năm bị bắt.

Bác Năm vóc người hơi thấp, da xanh tái, hàm răng to, chắc và cáu vàng. Hai tai Bác Năm dài, dầy, trông như tai Phật. Bác Năm nhìn tôi xoi mói. Bác bảo, thằng Thái mày ăn cơm chung với bác Năm và hai anh Chánh và Lịch nghe, để bác Năm mày nói chuyện cho nghe.

"Bác Năm mày," cách nói thân mật, xuề xòa đặc thù của tác giả "Phi Lạc Sang Tàu."

Bữa ăn chung đầu tiên, nhìn bác Năm đưa tô canh chung của cả bốn người lên húp, tôi thương ông già quá đỗi. Cái tô nứt nẻ, vá chằng vá chịt bằng mủ ny lông, chứa một thứ nước lõng bõng với vài lát bí đỏ nhạt thếch. Tôi nói đùa với bác mà muốn ứa nước mắt, *"đời bác Năm te tua y như cái tô phải không bác."* Ông già cười bảo tôi, *"người ta gọi bác Năm mày là Hồ Hữu Tù mà, thời nào bác Năm mày cũng đi tù, tù Tây, tù Quốc Gia, tù Cộng Sản."*

Ba ngày ở phòng 2 khu A trước khi chuyển sang trại giam T 30 Chí Hòa, bác Năm đem bàn cờ thế ra luận cho tôi nghe về thời cuộc và kể diễn tiến việc bác và đồng chí bị bắt. Bàn cờ thế là hai bên tướng đỏ đen đã lộ mặt. Bên đen, một con tốt đã qua sông chắn mặt tướng, hai xe đen kề ngang hông tướng đỏ, trong khi chân chiếu của mã đen ngay cung tướng đỏ, nên tướng đỏ hết đường lui. Bên đỏ, chỉ cần một nước chiếu xe nữa là tướng đen đi đời. Tới phiên bên đen tấn công, hai xe đen vỗ vào mặt tướng đỏ, tướng đỏ lần lượt ăn lên, nhưng lại bị chốt đen dí xuống. Tướng đỏ thua, không ăn lên chốt đen được vì lộ mặt tướng đen. Bác Năm giải thích, hai xe đen, một là Việt Nam Cộng Hòa, một là Mặt Trận Giải Phóng Miền Nam. Tướng đỏ là Cộng Sản miền Bắc, còn con tốt đen chính là bác Năm và tổ chức của bác Năm. Bác bảo tôi, Việt Nam Cộng Hòa đã thua ngày 30 Tháng Tư; Mặt Trận Giải Phóng Miền Nam đã bị xóa sổ sau khi Cộng Sản miền Bắc vào Nam; những ngày sắp tới, Cộng Sản miền Bắc phải nhượng quyền lại cho tổ chức tên là Việt Nam Độc Lập - Thống Nhất - Trung Lập Đồng Minh Hội, do bác lãnh đạo.

Câu chuyện ly kỳ, hồi hộp như chuyện võ hiệp Kim Dung vậy, nhưng tôi vẫn nghe.

Về việc bác và tổ chức bị bắt, bác cho biết, ngay khi Cộng Sản chiếm miền Nam, bác đã in một tập tài liệu của Việt Nam Độc Lập - Thống Nhất - Trung Lập Đồng Minh Hội, gởi trực tiếp bằng đường bưu điện cho tất cả giới lãnh đạo Đảng Cộng Sản, từ Bộ Chính Trị cho đến các Trung Ương Ủy Viên và Tỉnh Ủy các tỉnh. Trong tài liệu, bác nói rõ về nhu cầu bắt buộc Việt Nam phải trung lập trong bối cảnh tình hình khu vực Á Châu. Ông già khẳng quyết, trung lập là giải pháp duy nhất cho Việt Nam, và bác là người đầu tiên của Việt Nam kiên trì đeo đuổi lập trường này. Nên, một mai khi tình thế bị o ép, Cộng Sản Hà Nội không còn con đường nào khác là chấp nhận trung lập; họ bắt buộc phải cậy nhờ đến bác. Bác còn lôi trong chiếc túi tù bộ quần áo veste cùng đôi giầy đen và nói, vì sợ tình thế biến chuyển mau quá, không kịp về nhà lấy quần áo mặc trong lễ tiếp nhận chính quyền từ tay Cộng Sản, nên bác đã nhờ công an chấp pháp về tận nhà bác mang quần áo giầy vớ cho mình. Chính vì câu chuyện này mà nhiều bạn tù của chúng tôi đã sống với mơ ước có ngày theo chân bác thoát đời tù, giành lấy chính quyền trong vinh quang.

Ba ngày cuối cùng ở trại giam T20, chúng tôi không được phát chiếu, muỗng, chén ăn cơm. Bác Năm bảo, nó hành mình trước khi thả đó. Rạng sáng ngày thứ tư, từng hai người một, chúng tôi bị còng tay đưa ra xe để chuyển trại. Căn cứ vào số lượng thực phẩm là một ổ bánh mì mà công an phát cho mỗi người, tôi đoán là chúng tôi sẽ bị chuyển qua một trại giam nào đó rất gần, chứ nếu chuyển xa thì khẩu phần sẽ từ 3 đến 5 ổ, và được phát cả nước uống nữa. Kinh nghiệm tù giúp tôi đoán thế.

Quả thật, chúng tôi đến trại giam T30 Chí Hòa vào khoảng 9 giờ. Tôi lại may mắn được ở chung với bác Năm cùng hai anh Chánh và Lịch. Tổ cơm chung của bác cháu chúng tôi vẫn thế, vẫn những lần húp canh chung trong một thau nhựa, thức ăn gia đình nuôi thì phải dè sẻn từng tí một, vì không biết lần nuôi kế tiếp sẽ là bao giờ.

Một tuần liền, trại giam không phát chiếu, tô, muỗng, không cho đi tắm. Cái nóng hầm hập làm mồ hôi tù nhễ nhại, phát điên lên vì thèm một gáo nước xối lên người. Bác Năm bảo, tụi nó thử mình trước khi thả đó, ráng chịu đựng, đừng chống đối. Bước sang tuần thứ nhì, đúng chu kỳ một năm vài lần trại giam cho tù ăn thịt heo, mỗi người chỉ được một miếng mỡ thịt bầy nhầy bằng đầu ngón tay cái với vài muỗng nước mỡ mặn chát muối, nhưng cũng đủ làm vui đời tù. Hạnh phúc hơn nữa là còn được phát chiếu, tô, muỗng nhựa, và "sướng cực kỳ" là được đi tắm. Đời sống trại giam bắt đầu vào nhịp bình thường, nghĩa là ngày cơm hai bữa, tuần tắm hai lần, và hầu như không ai còn bị gọi lên văn phòng thẩm vấn nữa, vì chuyển qua Chí Hòa là xem như hồ sơ đã xếp lại, án tù bao nhiêu thì chỉ có... Lê Đức Thọ biết.

Vậy mà bác Năm vẫn lạc quan như thường. Ông già Cái Răng – Cần Thơ này bảo tôi, tụi nó để mình dưỡng sức trước khi thả đó. Đúng là khẩu khí nghịch ngợm, vui tếu, coi trời bằng vung của nhân vật "Thằng mõ làng Cổ Nhuế" (tựa của một trong những tác phẩm của Hồ Hữu Tường.)

Những người tù ở phòng 10 khu BC Chí Hòa vào những tháng đầu của năm 1979 chắc hẳn không quên được hình ảnh bác Năm. Ông già có thói quen, mỗi lần đi tắm, lúc nào cũng lượm lặt đem lên phòng những sợi chỉ tìm thấy chung quanh bể tắm. Bác tỉ mỉ nối các sợi này với nhau và đan thành một cái găng tay với năm ngón lòi ra ngoài. Cái găng xù xì đó bác đeo vào tay phải và dùng để kì cọ thân thể mỗi khi tắm. Tối đến, bác giăng mùng rồi vắt hai bên lên như một cái lều của dân du mục ở sa mạc. Đó là giờ bắt đầu bác đem cờ thế ra chơi, rồi bảo hai đệ tử Chánh và Lịch đi gọi từng người mà bác đã nhắm trước đến "lều vải" để bác luận thời cuộc cho nghe. Khi bác say sưa nói, hai anh Chánh và Lịch kính cẩn lắng nghe, cho dù câu chuyện đêm nào gần như cũng cùng một nội dung: *"Bác Năm mày sắp được thả để ra tiếp quản chính quyền."*

Người trẻ trong phòng thì có người vì tin bác tuyệt đối nên chìm đắm trong hy vọng sẽ có ngày "có danh gì với núi sông;" có người thì phân vân lắm, không biết thực hư ra sao. Những người tù thuộc thế hệ ít nhiều đã biết bác Năm thì dửng dưng, thậm chí có người còn nói xa gần rằng bác Năm hoang tưởng, tếu, ngây thơ.

Một kỷ niệm tôi cứ nhớ hoài về bác.

Một buổi trưa, như mọi ngày, sau khi cho tù nhân đã có án làm lao động trong trại lên các phòng lấy thùng đựng cơm, chuẩn bị cho bữa ăn chiều, công an trông coi trại giam khóa các cửa sắt nơi ngăn chia các khu. Hôm đó, không biết lý do gì, hơn một giờ trưa rồi mà trại giam không đánh kẻng báo dứt giờ nghỉ. Trại giam thì không khí vắng lặng như tờ. Bác Năm là người phá tan cái im ắng đó. Bác tỉnh queo phán, tụi nó rút chạy rồi, anh em chuẩn bị phá cửa để về. Rồi bác Năm "triệu tập một buổi họp khẩn" với đám trẻ, bắt đầu phân công thằng này làm việc này, thằng kia làm việc kia để chuẩn bị tiếp quản chính quyền. Bác Năm giao cho tôi nhiệm vụ khi ra tới ngoài phải huy động xe đò chở anh em tù nhân của trại giam đến tập trung ở sân vận động Cộng Hòa, chờ nghe lệnh bác. Tôi còn nhớ, tôi đùa với bác rằng, trong khi chưa phá được cửa phòng giam, anh em cần phải bảo vệ bác vì sợ còn thằng công an nào căm thù, xả súng vào phòng thì chết cả đám. Tôi cùng vài anh em khác đến ngay chỗ chứa các thùng nước của toàn phòng, nơi có bức tường xi măng cao tới đầu gối, rồi cả đám chuyển các thùng nước để có chỗ làm "nơi ẩn trú" cho bác Năm. Tôi vừa làm vừa cười vì biết là mình đùa, còn những anh em khác, tâm trạng ra sao quả tình tôi không rõ. Ba giờ chiều, sinh hoạt toàn trại trở lại bình thường, công an lên mở cửa từng phòng để cho lãnh cơm. Không biết lúc đó ông già Năm của tôi nghĩ gì.

Bác Năm nhiều khi đùa giỡn tếu táo y như nhân vật Phi Lạc trong các bộ chuyện *Phi Lạc của bác mà bản chất là "bợm," "phiêu lưu," "trào phúng."*

Có lần, bác hỏi: *"Thằng Thái, mày có thấy ai có 9 dương*

vật chưa?" Tôi đã bắt đầu quen với cách bông đùa của ông già Phi Lạc, bèn nói, chắc bác có hả? Ông già cười khoái chí, nhe hàm răng bự tổ chảng và nói, *"tối tao cho mày coi."*

Sau bữa cơm tối, Bác Năm gọi tôi tới "lều cỏ" của bác và trật quần xuống cho tôi coi. Mèng ơi, có gì đâu, chỉ là 9 nốt ruồi đỏ, mọc lủng lẳng hơi khác thường ngay tại "bộ phận" của bác. Ông già ghé tai nói, *"số tao làm vua đó nghe mày. Mày phải tuyệt đối giữ bí mật, tụi nó biết nó giết tao đó."*

Hai hình bìa trong số nhiều tác phẩm của Hồ Hữu Tường.
(Nguồn: Intetnet)

Ra khỏi tù năm 1984, hơn hai tháng sau tôi vượt biên. Đến Mỹ, tôi có dịp gặp nhiều người cùng thế hệ hoặc là bạn bác Năm. Nghe tôi kể những kỷ niệm trong tù với bác, họ cười và bảo, *"Hồ Hữu Tường 'giả mù sa mưa' để Cộng Sản nghĩ rằng ông không còn minh mẫn nữa và đánh giá thấp ông; chứ phải nói cho đúng, Hồ Hữu Tường là một trong những trí tuệ lẫy lừng của Việt Nam và từng ngang dọc trong suốt chiều dài lịch sử tranh đấu cận đại của đất nước mình."*

Điển hình là nhận xét của Nhà văn Nam Dao Nguyễn Mạnh Hùng: *"Thế hệ tôi biết ông Hồ Hữu Tường qua bộ sách 'Một Thửa Ngàn Năm' gồm 'Phi Lạc Sang Tầu', 'Phi Lạc Náo Hoa Kỳ'. Nghe tiếng ông là "Đệ Tứ" từng tốt nghiệp Cao Đẳng Toán (tương đương Thạc Sĩ ngày nay) ở Pháp, hoạt động chung với những vị Phan Văn Trường, Nguyễn An Ninh, Tạ Thu Thâu, Phan Văn Hùm... Ông từ bỏ Chủ Nghĩa Cộng Sản vào đầu những năm 40, viết thuyết luận về Kinh Tế - Chính Trị, đề xuất một chủ nghĩa dân tộc Việt Nam và chủ trương trung lập như một giải pháp chính trị cho toàn đất nước.*

"Phải nói, qua tiểu sử ông, tôi chẳng thể hình dung được con người Hồ Hữu Tường. Cho đến khi đọc được bút ký của Đinh Quang Anh Thái thì Bác Năm mới thành con người có da có thịt, đầy trí tuệ và nhất là có một tấm lòng son sắt với nước non. Từ đó, Bác Năm đối với tôi không chỉ là một Phi Lạc thông minh tếu táo nữa.

"Bác Năm mãi mãi là một tấm gương sáng cho những người còn biết yêu quê cha đất tổ và tin vào một tương lai tươi đẹp."

*

Đêm cuối cùng trước khi bác Năm và hai anh Chánh và Lịch bị chuyển trại, bác bày trò cầu cơ xem mọi việc sẽ ra sao. Từ bé, đây là lần đầu tiên tôi dự cầu cơ. Bác Năm dùng một mảnh gỗ nhỏ lượm được lúc đi tắm vào buổi sáng để làm vật cầu cơ. Tôi thề là không thấy gì lạ hết, nhưng bác bảo cơ linh lắm, cơ đang chạy và cơ nói là sắp có biến chuyển đến nơi rồi. Không khí ban đêm ở trại giam như rờn rợn khi bác nói cơ là vong người chết ngay chỗ bồn chứa nước ở trung tâm trại giam.

Cơ linh thật! Sáng hôm sau, một buổi sáng tháng Sáu 1979, bác Năm và hai đệ tử cật ruột bị bắt cùng vụ là Hồ Chánh và Nguyễn Văn Lịch bị gọi tên chuyển trại cùng một số tù nhân của các phòng giam khác. Giờ phút chia tay, bác Năm nói với tôi, *"chắc chắn là tao được thả để tiếp quản chính quyền, kỳ nuôi sắp tới, mày sẽ nhận được quà của bác Năm gái mày, mày nhớ coi kỹ hũ mắm ruốc, sẽ có tin tao gởi vô."*

Đó là lần cuối tôi nhìn thấy bác Năm Tường. Bác bị chuyển đi lao động ở trại giam Hàm Tân. Sau này, khi được thả ra khỏi trại giam Chí Hòa năm 1984, tôi được tin bác đã mất hai năm trước. Anh em bạn ở trại giam Hàm Tân được thả về nói với tôi là bác Năm bị đau nặng, công an đưa bác về nhà, xe bị lật trên đường, bác được đưa vào nhà thương chữa trị, rồi đưa về nhà. Bác Năm vĩnh viễn ra đi với sự chứng kiến của bác Năm gái. Còn anh Chánh và anh Lịch thì đã hơn 30 năm rồi, không có tin gì nữa.

Bác Năm không còn nữa. Nhiều người cùng tù với bác cũng không còn nữa: Bác Nguyễn Tiến Hỷ, chú Vũ Hữu Bính, bác Thái Lăng Nghiêm, cậu Như Phong Lê Văn Tiến, ông Phạm Thái Nguyễn Ngọc Tân... Anh Nguyễn Đan Quế thì bị tù nhiều lần nữa vì cương quyết chống lại cường quyền, hiện đang sống ở Sài Gòn nhưng bị quản chế tại gia rất gay gắt. Anh Đoàn Viết Hoạt thì tị nạn trên đất Mỹ và vẫn nhiệt huyết như ngày nào. Những người nói trên và nhiều người nữa cũng như bác Năm Tường, cả một đời tận tụy mà vẫn chưa nhìn thấy một Việt Nam tươi sáng.

Viết lại những kỷ niệm với Bác Năm, thương bác những ngày nghiệt ngã trong trại giam, bưng chén canh chung lên môi, nuốt cùng bao nỗi cay đắng khổ cực của một phận người suốt đời mưu cầu cái chung cho dân tộc.

Giá mà còn
Hoàng Cơ Trường

(Virginia, 1997)

1

Anh Hoàng Cơ Trường mất ngày 6 tháng 10 năm 1982 tại California.

Tin dữ này được các chiến hữu làm việc với anh tại hải ngoại báo ngay cho anh em trong nước.

Lúc đó, tôi vừa được tạm tha khỏi T30 Chí Hòa, trước khi bị bắt lại lần nữa.

Anh Trần Huy Phong, Phụ Tá Chưởng Môn Vô Vi Nam, người từng gắn bó với anh Trường, lập tức đứng ra tổ chức buổi lễ cầu siêu cho bạn tại chùa Sư Nữ ở đường Trương Minh Giảng. Mười bảy người tham dự lễ cầu siêu, trong đó chỉ có Thụy Vũ là chưa hề biết anh Trường. Thụy Vũ 20 tuổi, nghe đến và mến trọng anh Trường qua những lá thư của chồng gởi từ Mỹ về, kể lại hoạt động cùng nhân cách anh Trường trong những ngày sát cánh với nhau vì việc chung của đất nước. Một người bị lạc đường không đến được là chị Trần Thị Thức. Chị Thức cũng chỉ nghe về anh Trường chứ chưa hề gặp. Nhưng một ngày trước lễ cầu siêu, khi chị thăm nuôi chồng là anh Đoàn Viết Hoạt bị giam tại Chí Hòa, anh Hoạt nhờ chị thay mặt anh thắp nén hương nhớ thương người mà anh nói rằng *"lúc nào cũng hết lòng vì đất nước."* Mãi sau này, mỗi khi nhắc lại, chị Thức vẫn còn ân hận đã hụt dự buổi lễ.

Cầu siêu xong, mọi người uống trà nơi sân chùa và thì thầm với nhau về người đã khuất. Ai cũng ngậm ngùi thương tiếc. Anh Trần Huy Phong nói, Hoàng Cơ Trường đặc biệt lắm, trong suốt giai đoạn hoạt động thanh niên thời trước 75, Trường dấy lên không biết bao nhiêu là công tác, và đã hun đúc được ý thức dấn thân cho cả một lớp người.

Anh Hoàng Cơ Trường mất vì ung thư gan. Anh Trần Huy Phong cũng bị chứng bệnh ung thư xương tai ác và mất năm 1998 tại Sài Gòn. Lúc đất nước chưa bị quy về một mối tủi nhục ngày 30 tháng Tư, 1975, hai anh rất gắn bó trong các sinh hoạt xã hội và thanh niên. Nhất là giai đoạn anh Trường làm Tổng thư ký Đoàn Văn Nghệ Thanh Niên Sinh Viên Học Sinh Nguồn Sống, được anh Phong cho mượn đất

của Vô Vi Nam làm trụ sở, số 2 bis đường Đinh Tiên Hoàng –
Sài Gòn.

Tại buổi lễ cầu siêu hôm đó, anh Phong bùi ngùi: *"Giá
như Trường còn sống, anh em sẽ đỡ lắm, và việc chung sẽ
hiệu quả hơn nhiều."*

(từ trái) Anh Lê Khuê Hiệp, Đoàn Trưởng Đoàn Văn Nghệ Thanh
Niên Sinh Viên Học Sinh Nguồn Sống năm 1972 (mất tại Mỹ năm
1977), anh Hoàng Cơ Trường (dấu x) và đội bóng tròn Đại học Y
khoa Sài Gòn. *(Hình tư liệu của tác giả)*

2

Hoàng Cơ Trường sinh ngày 25 tháng 5 năm 1942, và là
con út trong gia đình rất đông anh em. Thân sinh ra anh là

cụ Hoàng Huân Trung, từng làm Tuần phủ Hà Nam trước khi anh ra đời.

Theo lời chị ruột anh Trường, bà Hoàng Châu An, từ thuở thiếu thời, anh Trường đã lộ rõ đức tính biết sống vì người khác: hiếu thảo, luôn chăm lo cho đấng sinh thành, hòa thuận với anh em, không từ nan việc gì khi cần đến. Người ảnh hưởng đến anh Trường nhiều và góp phần không nhỏ trong việc hun đúc tấm lòng của anh Trường với dân, với nước, chính là nhà văn Đỗ Thúc Vịnh, chồng bà Châu An. Ông Vịnh là tác giả nhiều cuốn sách ghi lại những ngày đao binh của đất nước, cũng như tâm tư của tuổi trẻ khi toàn dân lâm vào lửa đạn giai đoạn chiến tranh Quốc-Cộng, tiêu biểu như *"Những Người Đang Tới"*, *"Dì Mơ"*, *"Bóng Tre Xanh"*...

Ngoài tư cách là anh rể, nhà văn Đỗ Thúc Vịnh còn là người dạy kèm anh Trường từ bé, nhất là môn Việt văn và lịch sử Việt Nam. Những ngày tháng gần gũi đó đã dấy lên đức tính dấn thân tiềm tàng trong anh và ngùn ngụt cháy nơi anh cho đến ngày nhắm mắt. Tác giả *"Những Người Đang Tới"* cũng đã mất vì bệnh ung thư máu năm 1996 tại Quận Cam – Hoa Kỳ. Trước khi ra đi, ông còn cố gắng để lại cho con cháu và thế hệ sau những trăn trở của ông về đất nước trong cuốn *"Nỗi Ám Ảnh Của Quê Hương"*.

Bà Châu An kể lại, lúc mới di cư vào Nam năm 1954, dù mới chỉ là một thiếu niên trung học, anh Trường cùng bạn bè tham gia công tác giúp đỡ đồng bào tại các trại tiếp cư. Và rồi, cả đời anh cho đến khi xuôi tay, miệt mài dấn thân vào nhiều hoạt động, những mong góp phần mưu tìm hạnh phúc cho người dân. Ngay khi sẩy đàn tan nghé bỏ nước ra đi năm 75, lúc mới "chân ướt - chân ráo" tới thị trấn Fresno heo hút của California, anh lao vào việc kết hợp những anh em đồng chí hướng chuẩn bị cho ngày về quang phục quê hương.

Phong Trào Thanh Niên Cách Mạng Dân Tộc Việt ra đời trong giai đoạn này.

Bí thư trưởng của Phong Trào Thanh Niên Cách Mạng Dân Tộc Việt, anh Trịnh Đình Thắng, nói rằng anh và anh Trường gặp nhau năm 1979, lúc anh em đang cố thổi dậy phong trào hun đúc truyền thống đấu tranh trong giới trẻ, là vì mấy năm đầu, mọi người bị giao động mạnh bởi biến cố Cộng Sản chiếm miền Nam. Ngay cả những người thuộc thế hệ trước cũng xuống tinh thần. Thế nên những người thuộc lớp tuổi trung niên như anh Thắng, anh Trường đã tìm đến với nhau và kết quả là Phong Trào ra đời. Anh Trường là Ủy viên Sáng lập và Chỉ đạo, đồng thời phụ trách điều hành Phân bộ Miền Tây Hoa Kỳ của Phong Trào. Hồi tưởng những ngày đó, anh Thắng nhớ mãi Hoàng Cơ Trường là người tận tâm và lễ nghĩa. Lễ nghĩa được hiểu là trước khi nói thẳng vào một vấn đề, anh Trường thường cân nhắc kỹ cách trình bày.

Tóm tắt về anh Trường, anh Thắng nói, Trường là người trí

thức dấn thân, điểm nổi bật nhất là lúc nào cũng tận tâm với đất nước; và rằng *"nếu Trường còn sống thì tốt cho việc chung biết mấy."*

3

*"Lấy nhau xong rồi đi"** đúng là hoàn cảnh của anh Hoàng Cơ Trường và chị Đỗ Thị Cẩm Phương.

Chị Phương biết anh Trường từ lúc còn là cô bé 12 tuổi. Anh Trường là bạn với anh lớn chị Phương và thường đến nhà chơi. Rồi thì cô bé ngày xưa ấy trở nên một thiếu nữ, một sớm mai thức dậy, chợt thấy nắng rực rỡ hơn, cây cỏ xanh tươi hơn, tiếng chim hót líu lo hơn, lắng nghe tiếng lòng, biết mình đã yêu và chàng trai trong mộng không ai khác hơn là người bạn của anh mình mà mình đã từng vòi vĩnh trước kia. Chị Phương bảo, anh Trường tư cách lắm, mà lại rất lý tưởng nên anh là tình đầu và cũng là tình cuối của chị.

Theo lời chị Cẩm Phương, anh Trường tiêu biểu cho lớp thanh niên thời ly loạn. Tốt nghiệp bác sĩ năm 1969, ngay sau đó, anh ra Quảng Trị làm y sĩ cho Tiểu đoàn 8 Thủy Quân Lục Chiến. Từ tiền tuyến, anh về Sài Gòn làm đám cưới

---

* *Một câu trong bài thơ Màu Tím Hoa Sim của Hữu Loan.*

rồi lại vội vã quay lại đơn vị. Trước đó cũng thế, giai đoạn yêu nhau, anh ít có thì giờ dành cho chị vì những hoạt động thanh niên của Đoàn Nguồn Sống. Thỉnh thoảng, đi ăn với nhau bữa cơm hay đi ciné, nhưng với chị như thế cũng đủ, vì chị hiểu và yêu những việc làm lý tưởng của anh. Sau này cũng vậy, khi qua Mỹ, anh cứ miệt mài dấn thân vào những hoạt động trong Phong Trào Thanh Niên Cách Mạng Dân Tộc Việt, rồi sau đó là Mặt Trận Quốc Gia Thống Nhất Giải Phóng Việt Nam. Thậm chí ngay khi nằm trên giường bệnh chống chỏi với từng cơn đau xé ruột, xé gan, anh cũng cố gắng đóng góp ý kiến với các chiến hữu của Mặt Trận trong những công tác của tổ chức.

Nhưng không phải vì thế mà anh sao lãng bổn phận làm chồng, làm cha. Chị Phương kể, anh hết mực yêu thương, chăm sóc chị và bất cứ lúc nào có thì giờ, anh đều dành để trò chuyện và hướng dẫn hai con, một trai, một gái. Cháu Uyên Phương và cháu Trường Sơn, cả hai nay đã tốt nghiệp đại học.

Hồi tưởng về anh Trường, giọng chị Phương như nấc lên: *"Anh Trường là tấm gương để nhìn vào mà an tâm sống. Đã bao năm rồi, lúc nào chị cũng nói thầm với mình, giá như anh Trường còn sống thì tâm của chị và của hai cháu cũng như người thân có được an bình".*

4

Sáng sớm ngày 2 tháng Năm, 1975, tôi đạp xe một vòng lên nhà các huynh trưởng của Đoàn Nguồn Sống. Sân nhà anh Hoàng Cơ Trường ở đường Phan Kế Bính lố nhố bộ đội. Nhà anh Đỗ Hoàng Ý ở đường Tự Đức gần đó cũng thế. Tôi lọc cọc đạp lên phú nhuận tìm anh Đặng Đình Khiết và sau đó xuống tận Phú Thọ tìm anh Lê Khuê Hiệp, cả hai nhà cũng toàn người lạ. Tôi vô cùng hoang mang, chỉ cầu mong sao đừng xảy ra điều chẳng lành cho anh em.

Quay lại trụ sở Nguồn Sống ở Đinh Tiên Hoàng, tôi gặp anh Trần Huy Phong ngồi một mình trong văn phòng của Việt Võ Đạo. Anh Phong nói, Trường di tản rồi và các anh em Ý, Hiệp, Khiết chắc cũng thế. Anh Phong khuyên tôi nên đốt hết các tài liệu và hồ sơ đoàn viên để tránh những chuyện không hay về sau.

Bỏ từng hồ sơ anh em, và tất cả tài liệu của Đoàn vào cái thùng thiếc, nhìn ngọn lửa, lòng tôi như muối xát. Nhớ lại buổi đầu đến với Đoàn. Đó là năm 1969, khi tôi còn là cậu bé học đệ tứ trường Nguyễn Trãi, phá phách, lêu lổng, sống không định hướng. Bố tôi thường thở dài mỗi khi nói với họ hàng về tôi: *"Tương lai nó rồi cũng chẳng ra làm sao đâu"*. Vậy mà tôi thay đổi hoàn toàn, cũng đậu tú tài - dù đậu vớt - rồi cũng lên đại học. Tất cả bắt nguồn từ buổi gặp anh Hoàng

Cơ Trường tại trại công tác Làng Cô Nhi, Long Thành.

Thoạt đầu, khi ghi danh tham dự trại, tôi chỉ nghĩ, thế nào trại cũng có học sinh các trường nữ và như vậy thì vui biết mấy. Động cơ đi trại chỉ vậy thôi. Có ai ngờ trại công tác đã đổi hẳn đời tôi và tác động mạnh nhất cho bước ngoặt này chính là anh Hoàng Cơ Trường.

Cao, khuôn mặt xương xương, giọng nói sang sảng, và nhất là bộ râu, anh Trường không thể lẫn được trong đám đông. Và đúng như chị Cẩm Phương nói, anh luôn tạo nên sự yên tâm cho người chung quanh. Cả một ngày công tác, anh lúc nào cũng vui tươi, hy hiến. Đào một hố xí, khiêng một xe đất, tác động một bài hát, việc gì anh cũng trọn vẹn. Tôi thấy mình như bị người thanh niên ấy thôi miên. Mà chẳng cứ gì tôi, anh em trong Đoàn ai cũng nhận xét như thế. Một huynh trưởng của Đoàn làm việc với anh từ lâu là anh Đặng Đình Khiết chẳng hạn. Anh Khiết nói, anh Trường không những hết mực dấn thân trong việc chung của đất nước mà còn rất chí tình với anh em. Anh Khiết kể, có lần, anh bị kẻ cắp lấy mất chiếc xe Honda, là tài sản lớn đối với một gia đình nghèo như anh. Biết chuyện này, anh Trường đã dúi cho anh vài ngàn và còn hẹn rằng sẽ đưa thêm, sau khi lãnh lương dạy học tại trường Chân Phước Liêm ở Gò Vấp. Sau này, anh Khiết mới biết, số tiền đó là của cụ bà thân sinh anh Trường vừa cho cậu con út mua sách y khoa. Sống chí tình như thế nên không ngạc nhiên khi anh nhận được nhiều quí mến của anh em, nếu không muốn nói là anh trở thành thần tượng của nhiều người. Khi trở thành y sĩ tiền tuyến, anh không thể sinh hoạt thường xuyên với Đoàn, nên đã để lại một khoảng trống hầu như không ai bù lấp được về mặt tinh thần cho anh em trong Đoàn. Mỗi khi được nghỉ phép ghé thăm Đoàn, là anh em òa lên vui sướng. Điều đó, một lần nữa chứng minh sự yên tâm của anh em khi có anh.

"Anh Trường là vậy đó. Lúc nào cũng lý tưởng và chí tình". Một người bạn thủa thiếu thời của anh là Nguyễn Văn Hưng nhận xét như vậy. Hai người cùng học y khoa. Tốt nghiệp, anh Trường chọn binh chủng Thủy Quân Lục Chiến, anh Hưng chọn Lực Lượng Đặc Biệt. Hồi tưởng những ngày ăn ở tại nhà anh Trường để cùng đi học, anh Hưng nói, Trường lý tưởng lắm, lý tưởng đến độ đôi khi thiếu thực tế. Bằng chứng là năm 1970, lúc đó Đoàn Nguồn Sống thiếu phương tiện tài chánh hoạt động, anh Hưng đề nghị nhân dịp anh ruột anh Trường là Hải quân Đại tá Hoàng Cơ Minh đi công tác tiếp nhận tàu chiến tại Đại Hàn, nên nhờ ông Minh mua và đem về một số sách y khoa để bán lại lấy tiền gây quỹ cho Đoàn. Anh Trường từ chối, nói rằng việc làm đó không hợp với đức tính trong sạch của ông Minh và cũng không hợp với anh.

Nhắc lại chuyện này, anh Hưng bảo, Trường chả bao giờ

thay đổi cả, cứ hết mực tận tụy với lý tưởng như thế suốt đời và đó là một người cần cho đất nước. *"Chỉ tiếc rằng giá như Trường đừng mất sớm, lý tưởng mà Trường đeo đuổi chắc chắn sẽ đóng góp không ít cho đất nước mai sau."*

5

Riêng về giai đoạn anh Trường khoác áo Thủy Quân Lục Chiến, anh Trần Như Hùng, cựu Trung úy Tiểu đoàn 8 và là Trưởng ban Việt ngữ đài phát thanh SBS bên Úc, cũng là một trong 17 người tham dự lễ cầu siêu cho anh Trường tại chùa Sư Nữ ở Sài Gòn năm 1982, nói:

"Khi tôi về Tiểu đoàn 8 thì anh Trường đã thôi không còn là y sĩ trưởng Tiểu đoàn mà đã lên làm Đại đội trưởng Đại đội Quân y Lữ đoàn 369. Dù vậy, thời gian phục vụ của anh ở Tiểu đoàn 8 vẫn là dấu ấn không hề xóa nhòa. Hầu hết sĩ quan, hạ sĩ quan và binh sĩ Tiểu đoàn 8 mỗi khi nhắc đến bác sĩ "Trường Râu" đều dành cho anh một cảm tình đặc biệt. Họ gọi anh là bác sĩ chịu chơi. Chịu chơi ở nhiều điểm, tính tình hào sảng, tư cách đứng đắn, uống rượu không kém ai, dù ít khi uống. Nhưng đáng kể nhất và không phải bác sĩ nào cũng làm được, đó là anh luôn sẵn sàng có mặt ở tuyến đầu – dù đó không phải là bổn phận của y sĩ. Ngay cả khi về làm Đại đội trưởng Quân y Lữ đoàn 369, anh vẫn không

chịu ngồi yên ở Bộ Chỉ Huy, mà thường xuyên đi thăm các tiểu đoàn trong vùng trách nhiệm của mình. Anh nhớ tên, nhớ mặt nhiều quân nhân đã từng được anh săn sóc, điều trị. Anh nhớ cả trường hợp họ bị thương ở trận nào. Khác với nhiều vị y sĩ khác, anh không tự tôn, cũng chẳng mặc cảm, gần lính nhưng không suồng sã, anh lịch sự nhưng không kiểu cách. Ai anh cũng quý và mọi người ai cũng quý anh. Tôi biết anh Trường khi Đoàn Nguồn Sống sinh hoạt trong khuôn viên trường đại học Văn Khoa ở đường Lê Quí Đôn. Lúc đó tôi là học sinh đệ tứ Chu Văn An. Đối với tôi, lúc đó, và cả sau này, khi phục vụ trong binh chủng Thủy Quân Lục Chiến, anh Trường lúc nào cũng là tấm gương cho đàn em về nhiều mặt, nhất là về óc tổ chức và tư cách của người lãnh đạo, chỉ huy. Người đàn em kế tục anh trông coi Đoàn Nguồn sống và cũng đã mất là anh Lê Khuê Hiệp cũng nhận xét như thế. Bộ quần áo anh mặc, dù là áo nâu đồng phục của Nguồn Sống hay bộ đồ rằn ri Thủy Quân Lục Chiến cũng chỉ là bề ngoài. Thực chất của anh trong hoàn cảnh nào cũng là người hết mực với lý tưởng muốn đóng góp làm giàu đẹp quê hương. Anh ra đi là một mất mát lớn, vì nếu còn anh, anh em còn được nương cậy rất nhiều".

Quận Triệu Phong, Quảng Trị 1973: Đại úy Bác sĩ Hoàng Cơ Trường (dấu x), Y sĩ trưởng Lữ Đoàn 369 Thủy Quân Lục Chiến; Giáo sư Nguyễn Diên (đeo túi Pan Am); Trung Tá Phẩm; (xa hơn bên trái) Giáo sư Hà Tường Cát; tác giả và Chuẩn Tướng Bùi Thế Lân, Tư Lệnh Sư Đoàn Thủy Quân Lục Chiến. *(Hình tư liệu của tác giả)*

6

Người thần tượng anh Hoàng Cơ Trường nhất, chắc phải là Trần Văn Sung.

Sung phụ trách sinh hoạt của các đoàn viên Nguồn Sống tại khu vực Gò Vấp, và sau đó làm Tổng Thư Ký Đoàn năm 1973. Sung lấy vợ ngay khi Cộng Sản chiếm Sài Gòn. Lúc vợ mang thai, Sung tham gia Mặt Trận Dân Tộc Tiến Bộ và được bác sĩ Nguyễn Đan Quế giao công tác phụ trách việc phổ biến tờ báo bí mật Toàn Dân Vùng Dậy vùng Gò Vấp.

Tôi móc nối Sung vào Mặt Trận. Thoạt đầu, tôi đắn đo vì Sung mới lấy vợ, không muốn Sung dấn thân vào những việc mạo hiểm, dễ bị tù đầy, thậm chí có thể mất mạng. Nhưng đêm Giáng sinh 1975, Sung đưa vợ là Thắm đến thăm tôi. Sung nói, bọn mình cùng tuổi, cùng sinh hoạt trong Đoàn Nguồn Sống, cùng lý tưởng, Sung muốn biết tôi có *"ngọ nguậy"* gì không để Sung cùng tham gia. Khi nghe tôi nói nỗi băn khoăn của mình, Sung quay sang vợ và bảo, em nói cho hắn biết những điều trăn trở của anh khi biết tin em mang thai. Thắm bảo, vì yêu hoài bão của Sung nên mới lấy Sung và khi có tin vui, hai vợ chồng bàn nhau đặt tên con là Trường để nhớ anh Hoàng Cơ Trường. Sung còn dặn dò, mai sau, ngộ nhỡ điều gì chẳng may xảy ra cho Sung, Thắm có bổn phận dạy dỗ con, nói cho con biết bố đã hy sinh như thế nào và mong con sống xứng đáng như người anh tinh thần của bố; anh Hoàng Cơ Trường.

Mặt Trận Dân Tộc Tiến Bộ hoạt động tới tháng 3 năm 1978 thì một số anh em bị bắt, trong đó có anh Nguyễn Đan Quế, người từng góp tay với anh Trường trong các sinh hoạt của Nguồn Sống trước năm 1975. Tháng Hai năm 1984, tôi được tạm tha, sau khi bị bắt lần thứ hai. Tin buồn xé gan nát ruột là vợ chồng Sung, hai đứa con và cô em vợ thiệt mạng trong chuyến vượt biên, ngay sau khi tôi bị bắt. Đến nhà thăm gia đình Sung, mẹ Sung tức tưởi chỉ lên bàn thờ, còn bố

Sung nói như điên loạn, anh ngồi chơi nhé, em Sung nó về ngay bây giờ đó mà, nó vừa chạy ra phố với vợ con và đứa em.

Lúc chưa bị bắt, những lần đạp xe đi phổ biến tờ Toàn Dân Vùng Dậy, mỗi lần nhắc lại những kỷ niệm thời Nguồn Sống, lần nào Sung cũng bảo, *"giá mà anh Trường còn ở lại, thì dù tình huống nào chăng nữa, chắc chắn anh ấy cũng sẽ dấn thân cho mà xem."* Rồi Sung cười hồn nhiên, bảo, lúc đó tha hồ mà vui.

7

Vượt biên tháng Tư 1984, tới Mỹ đầu năm 1985, tôi được anh Hoàng Huân Định và một người bạn là Nguyễn Quốc Tiến đưa đi thăm mộ anh Trường tại Fresno. Tôi lặng người trước hàng chữ ghi trên mộ bia: *"Nơi nào có bóng Quốc Kỳ, nơi đó có linh hồn tôi hiện diện để sát cánh cùng các chiến hữu trong công cuộc đấu tranh giải phóng Tổ Quốc và xây dựng Quê Hương".*

Theo lời chị Cẩm Phương, lời trăn trối của anh Trường trước khi nhắm mắt là vậy đó. Suốt đời, ngay cả sau khi xuôi tay, anh vẫn luôn mong được thấy đất nước và người dân Việt Nam sống đời tự do, hạnh phúc.

8

Giờ đây, nhớ anh và viết lại những giòng này, tôi chợt thấy ra một điều. Nếu còn sống, anh Hoàng Cơ Trường năm nay đã ngoài 60. Anh sinh ra gần như cùng lúc với cuộc chiến tương tàn của đất nước lồng trong cuộc vận động độc lập cho quốc gia. Anh chiến đấu ngoài chiến trường, anh hoạt động nơi hậu phương, anh tham dự hay góp phần tạo dựng nhiều phong trào yêu nước của thanh niên trong nhiều thập niên, kể cả khi ra hải ngoại. Anh mất khi mới 40 tuổi, lúc anh em đang dựng lại một trận thế khác, và giờ đây tình hình nước nhà vẫn chưa sáng sủa: những người thuộc lớp trẻ đã từng theo anh lên đường nay cũng đã ở tuổi trên 50 cả, mà con đường vẫn hun hút trước mặt. Tôi không thể tưởng tượng ra nổi một Hoàng Cơ Trường ở tuổi lục tuần. Nếu anh còn, tôi tin chắc rằng anh ngày nay vẫn là người trẻ trung nhất, xốc vác nhất, và làm cho cuộc đấu tranh luôn tươi trẻ, dũng mãnh với niềm tự tin, là cuối cùng dân ta cũng sẽ thoát khỏi vũng lầy thê thảm hiện nay để vươn tới một tương lai tốt đẹp.

Anh Trường ạ, những giòng này em viết, như nén hương thương nhớ người anh tinh thần đã làm em hoàn toàn thay đổi ngay từ buổi đầu mới gặp.

Bây giờ thì anh đi rồi, thế mà, ai nhắc đến anh, cũng không khỏi ngậm ngùi *giá như anh Trường còn sống*.

Em tin rằng, không phải ai cũng được nhắc đến như thế.

Trần Văn Bá,
'chí lớn chưa về bàn tay không'

(Hawaii, 1993)

Đón tôi tại cửa máy bay phi trường Dallas, Texas, đêm Tám Tháng Giêng 1985 là anh Thanh Hùng.

Chưa kịp một lời hỏi thăm nhau sau 10 năm chia tay ở Sài Gòn, anh ôm tôi, òa khóc: *"Sáng nay chúng nó bắn Trần Văn Bá rồi chú ơi!"*

Tôi lặng người.

Cả đêm hôm đó, hai anh em chỉ nói với nhau về Trần Văn Bá và những kỷ niệm với anh trong mùa Hè anh về Việt Nam trước 1975, tham gia Trại Nối Vòng Tay Lớn do Văn Phòng Liên Lạc Sinh Viên Quốc Nội và Hải Ngoại tổ chức.

Trần Văn Bá sinh năm 1945 tại Sa Đéc. Anh lớn lên với ruộng đồng miền Nam và được un đúc, thừa hưởng tinh thần bất khuất của cha ông. Năm 1966, thân phụ anh, Dân Biểu

Trần Văn Văn, bị sát hại. Sau năm 1975, chính báo chí Cộng Sản viết về tổ đặc công nội thành đã ra tay hạ sát vị dân biểu rất có uy tín này.

Trần Văn Bá (dấu x) cùng sinh viên quốc nội hải ngoại viếng thăm Nghĩa Trang Ba Đồn (nơi thờ hương linh những nạn nhân chết oan khuất trong vụ cộng sản thảm sát Tết Mậu Thân 1968 ở Huế) năm 1973. Nghệ sĩ Thanh Hùng, đứng ngay cạnh Trần Văn Bá, bên phải. *(Hình của tác giả)*

Lúc xảy ra vụ ám sát, một số người cho rằng Dân Biểu Trần Văn Văn bị Tướng Nguyễn Cao Kỳ cho người giết, vì ông Văn thuộc Nhóm Liên Trường của những người miền Nam làm chính trị muốn chống lại nhóm miền Bắc mà tiêu biểu là ông Kỳ.

Tôi từng nêu câu hỏi này với anh Bá, anh bảo, *"nếu ông giả moa bị đám Bắc Kỳ giết thì sức mấy moa thân với các toa. Toa có thấy bạn moa rất nhiều người Bắc không? Có thấy moa rất khoái anh Thanh Hùng không?'*

Trong suốt ba tháng Hè và các chuyến công tác xã hội năm 1973, từ Huế, Quảng Trị, Đà Nẵng, Đà Lạt xuống các tỉnh miền Tây Vĩnh Long, Châu Đốc... , anh Bá cặp kè bên anh Thanh Hùng để nghe người nghệ sĩ đa tài này ngâm thơ, hát dân ca ba miền. Anh Bá thích nhất bài "Đêm Liên Hoan" của Hoàng Cầm và bài dân ca miền Bắc "Lý Ngựa Tây". *"Nhưng phải do anh Thanh Hùng diễn ngâm thì moa mới khoái"*, anh nói.

*

Cái chết của cha bắt buộc Trần Văn Bá rời bỏ quê hương, xa gia đình, xa bạn bè để sang Pháp sống và theo học tại Paris. Anh tốt nghiệp cao học kinh tế năm 1971 và sau đó làm giảng viên tại Đại Học Nantes.

Song song việc học, anh tích cực hoạt động trong phong trào sinh viên và trở thành Chủ Tịch Tổng Hội Sinh Viên Việt Nam tại Paris trong nhiều nhiệm kỳ, từ 1973 đến 1980. Chính Trần Văn Bá đã đem đến cho Tổng Hội Sinh Viên Paris một sinh khí mới.

Để un đúc lòng yêu quê hương và tạo dịp cho các sinh viên

thành tài về phục vụ đất nước, Trần Văn Bá tổ chức các chuyến về thăm nhà trong mùa Hè năm 1973. Từ đó, các hội đoàn ở Pháp và các nước Âu Châu khác liên lạc và gắn bó với nhau trong mọi sinh hoạt chuẩn bị cho sự ra đời của Đại Hội Việt Nam Âu Châu những năm sau này.

Trại Nối Vòng Tay Lớn tại Đà Lạt 1973: Trần Văn Bá (dấu x), (từ trái) Huynh trưởng Du Ca Trần Đại Lộc, tác giả (chống nạnh) và Giáo sư Hà Tường Cát. *(Hình của tác giả)*

Suốt mùa Hè 1973 tại quê nhà, Trần Văn Bá hầu như không bao giờ vắng mặt trong các hoạt động thanh niên sinh viên. Từ những đêm hát cộng đồng, đi công tác ủy lạo chiến sĩ Việt Nam Cộng Hòa tại các tiền đồn Quảng Trị, Bastone,

Rừng Sát..., cho đến cứu trợ nạn nhân chiến tranh, đâu đâu cũng có mặt Trần Văn Bá.

Trần Văn Bá thâm trầm nhưng không xa cách. Trần Văn Bá ít nói, nhưng khi lên tiếng thì say sưa và nội dung phát biểu sâu sắc. Trần Văn Bá có cái bớt đỏ trên trán bên tay mặt, khiến cho anh khó có thể bị lẫn lộn với những người chung quanh. Những ngày Hè năm đó, Trần Văn Bá thường mặc chiếc áo lính mà anh xin của một binh sĩ tại đặc khu Rừng Sát. Anh đem theo chiếc áo khi quay trở lại Paris.

Không biết sau này, khi về khu chiến phục quốc, chiếc áo lính bạc màu đó có được theo chân Trần Văn Bá hay không?

*

Ngày 30 Tháng Tư, 1975, Cộng Sản chiếm miền Nam, đất nước bị quy về một mối. Nói theo cách diễn đạt trong thơ của Ngục Sĩ Nguyễn Chí Thiện, *"dân tộc bị dìm trong một mối căm hờn, một mối oan khiên."*

Trong giai đoạn bàng hoàng ngay sau biến cố sẩy đàn tan nghé đó, Trần Văn Bá bôn ba khắp nơi kêu gọi mọi người tiếp tục đấu tranh. Anh thường thổ lộ với bạn bè, *"biết bao người đã nằm xuống, chúng ta không thể ngồi yên được".*

Một người bạn sinh viên từng gắn bó với Trần Văn Bá trong giai đoạn sau 1975 và hiện sống tại Úc là chị Phan Thị Ngọc Dung nói, *"tôi quen biết anh Trần Văn Bá vào khoảng*

đầu năm 1975 khi bắt đầu hoạt động với Tổng Hội Sinh Viên
Việt Nam tại Paris. Lúc ấy anh Bá là chủ tịch nên tôi xem
anh như một đàn anh vừa lớn tuổi hơn, vừa kinh nghiệm
hơn về hoạt động. Điểm nổi bật của anh Bá là sự triệt để và
dấn thân của anh. Tôi rất ngưỡng mộ anh ở điểm anh dám
sống tới cùng cho lý tưởng đối với đất nước. Hầu hết anh em
tuy hoạt động nhưng cũng lo đi học, khi ra trường, đi làm,
có bạn trai, bạn gái và lập gia đình. Anh Bá khác hẳn. Anh
dấn thân triệt để và trọn vẹn, anh bỏ rất nhiều thì giờ gặp
người này, người kia để liên lạc, vận động, không phải chỉ
riêng ở Paris mà còn ở các nước khác ở Âu Châu. Anh cũng
là người biết rất nhiều tin tức khiến anh em luôn kinh ngạc
tại sao anh biết nhiều thế, không biết từ đâu mà anh có
những tin tức này. Sau 1975 thì anh Trần Văn Bá trầm
ngâm hơn, lâu lâu trong câu chuyện, anh nói anh phải về
Việt Nam mới được."

Tổng Hội Sinh Viên Việt Nam tại Paris đóng góp rất nhiều
trong công cuộc đấu tranh chống Cộng Sản trên đất Pháp, từ
những năm tháng trước thời điểm 1975 cho đến những năm
sau này, kể cả giai đoạn hiện nay. Những năm Tổng Hội dưới
sự lãnh đạo của Trần Văn Bá để lại dấu ấn sâu đậm trong ký
ức nhiều người, trong đó có anh Đỗ Đăng Lưu, cũng đang
sống ở Úc: *"Thành thực mà nói là uy tín của Tổng Hội Sinh*
Viên Paris tăng lên rất nhiều nhờ uy tín và khả năng cá

nhân của anh Trần Văn Bá. Lý do là vì anh Bá xuất thân từ một đại gia đình rất có thế lực chính trị ở miền Nam Việt Nam và nhờ anh có những quen biết ở cấp cao nhất trong chính quyền miền Nam lúc bấy giờ, thành ra anh Trần Văn Bá có cơ hội nắm được tình hình chính trị một cách vững vàng và do đó có khả năng hướng dẫn dư luận về đường hướng chính trị vào thời buổi bấy giờ."

Trên bước đường vận động cho ngày quay về cố hương, anh Trần Văn Bá gặp Nguyễn Tất Nhiên. Tác giả bài thơ nổi tiếng "Hai Năm Tình Lận Đận" kể lại chuyện này với tôi khi hai đứa gặp lại nhau bên Mỹ; và cả trong tập thơ "Tâm Dung" Nhiên viết ngày 28 tháng Giêng, 1985:

... năm năm trước ở Maubert
người cùng ta đối ẩm
đầu đuôi chuyện nước non
nói hoài không biết chán
ta than nợ văn chương
kiếp này ta đeo nặng
chỉ mong về quê hương
làm thơ trước cổng trường
mắc cỡ người ta thương!
làm thơ bên hàng dậu
bên luống mạ bờ nương
cô giáo làng cảm động...

người nhìn gật đầu, cười
bảo, đường về đã sẵn
ăn thua lòng bạn thôi!
ta nghe nghe ngờ ngợ
ta ngờ ngợ nghe nghe...

... năm năm sau ở Cali
đâu đâu di ảnh người
cũng nhìn ta mà nói:
"ăn thua lòng bạn thôi!"

*

Tết Kỷ Mùi 1979, Tổng Hội Sinh Viên Việt Nam tổ chức đêm văn nghệ tại Paris, cờ vàng ba sọc đỏ bay phất phới và tràn ngập cả hội trường Maubere với sự tham dự của hàng ngàn khán giả. Đây là một sự thể hiện sống động nhất tinh thần của những người không chấp nhận ngày 30 Tháng Tư 1975 là sự kết thúc công cuộc đấu tranh vì hạnh phúc tự do của dân tộc.

Đối với Trần Văn Bá, tất cả các hoạt động tại hải ngoại cũng chỉ nhằm chuẩn bị cho một ngày về chiến đấu ngay tại quê nhà. Trong đêm văn nghệ Tết năm đó, Trần Văn Bá nói những lời cuối, trước khi về khu chiến phục quốc:

"Anh chị em Tổng Hội Sinh Viên Việt Nam tại Paris rất hân hoan đón tiếp quý vị trong đêm hội Tết Kỷ Mùi; sự hiện

diện quý báu của quý bác và quý anh chị là một khích lệ lớn lao cho tập thể sinh viên. Chúng tôi xin chân thành cảm tạ quý vị đã luôn luôn dành cho sinh viên sự ủng hộ nồng nhiệt nhất trên mọi phương diện. Cụ thể là đêm hôm nay đã thành tựu với sự giúp sức tận tình của các phụ huynh và nhất là do sự đóng góp tích cực của hơn một ngàn sinh viên trong ròng rã ba tháng trời.

"Cảm tình mà quý vị dành cho sinh viên nói lên sự tín nhiệm và sự mong ước của quý vị nơi giới trẻ để đáp lại nguyện vọng thiết tha của nhân dân trong 30 năm chiến tranh tàn phá đang bị đè nén tại quê nhà, ách thống trị khát máu đang áp đặt đã tước đoạt mọi quyền làm người của người dân Việt Nam, xô đẩy hàng trăm ngàn đồng bào phải bỏ xứ ra đi bất chấp mọi hiểm nguy. Chính sự can trường của đồng bào vượt biển trước chết chóc và đời sống cơ cực trong các trại tạm cư tại Đông Nam Á đã làm chấn động dư luận thế giới, vì thế nhiều quốc gia và đoàn thể không nỡ làm ngơ trước thảm nạn của cả trăm ngàn đồng bào, đã có hảo tâm muốn cứu vớt và giúp đỡ người tị nạn.

"Những thái độ cao thượng đó dù sao cũng chỉ có tính cách nhất thời nhằm xoa dịu thương đau của những người ra đi chứ không giải quyết vấn đề ở căn bản. Vấn đề tị nạn là hậu quả của việc vi phạm nhân quyền tại Việt Nam, người dân bỏ xứ ra đi là vì mọi quyền làm người của họ bị tước đoạt, an ninh bị đe dọa; như thế nguồn gốc của vấn đề tị nạn nằm ở Việt Nam, vấn đề chỉ có thể giải quyết tại Việt

Nam mà thôi. Giải pháp là người Việt Nam có thể sống tại quê cha đất tổ mà nhân phẩm của họ không bị chà đạp, người ra đi có thể trở về và mạng sống của họ không bị đe dọa. Mọi thay đổi trong chiều hướng khả quan đó có thể có hay không là do ở nơi anh em kháng chiến đã hơn 3 năm lặn lội ở bưng biền tranh đấu cho tương lai của dân tộc, cứu vãn nhân dân khỏi thảm họa diệt vong.

"Nhà cầm quyền Cộng Sản đang đưa đẩy dân tộc đến bờ vực thẳm, làm lính đánh thuê cho ngoại bang, đi xâm lăng các quốc gia Lào và Campuchia, đe dọa an ninh của cả Đông Nam Á. Giải pháp cho vấn đề tị nạn và hòa bình tại Đông Nam Á hiện nay tùy thuộc vào sự lớn mạnh của kháng chiến để ngăn chặn những ý đồ điên dại của những người cầm quyền ở Hà Nội.

"Cho nên lúc nào chúng tôi cũng dành sự ủng hộ của chúng tôi cho các anh em kháng chiến tại quốc nội, đó là để tiếp nối lại truyền thống của dân tộc từ thời lập quốc, lúc Lạc Long Quân và Âu Cơ chia ly có hứa hẹn khi hoạn nạn sẽ về giúp đỡ nhau. Trong hoàn cảnh thê thảm của đất nước, những đứa con ra đi như chúng ta sẽ giúp đỡ những đứa con đang tranh đấu tại quê nhà đem lại tự do cho nhân dân, giải phóng dân tộc khỏi chiến tranh diệt vong để sống chung hòa bình với các quốc gia láng giềng.

"Đó là đường chúng ta đi. 'Đường Chúng Ta Đi' cũng là đề tài của đêm văn nghệ Tết Kỷ Mùi nói lên truyền thống hào hùng của dân tộc."

Trần Văn Bá đã tìm đường về. Trần Văn Bá về chiến khu phục quốc ngày Sáu Tháng Sáu, 1980. Âm thầm, không một lời giã biệt. Anh trở thành một trong các cấp lãnh đạo của Mặt Trận Thống Nhất Các Lực Lượng Yêu Nước Giải Phóng Việt Nam. Anh từng chỉ huy nhiều chuyến xâm nhập người và vũ khí vào Việt Nam, trong khi ở hải ngoại, nhiều người không tin rằng, con người ốm yếu như anh có thể làm được công việc đội đá vá trời đó.

Trần Văn Bá (dấu x) dự trại Nối Vòng Tay Lớn 1973 với sinh viên Đà Lạt. *(Hình của tác giả)*

Trong một lá thư từ chiến khu quốc nội gởi ra cho một chiến hữu tại Pháp, Trần Văn Bá cho biết, đời sống trong khu chiến cơ cực, nhưng anh không sờn lòng và anh tin tưởng mãnh liệt là quê hương chắc chắn sẽ có ngày bừng sáng.

Chí lớn chưa thành, Trần Văn Bá bị Cộng Sản bắt năm 1984 tại Minh Hải, sau đó bị kết án tử hình.

Huế 1973: (từ trái, dấu X) Trần Văn Bá, (hàng đầu) Đỗ Vân Thị Hạnh, sinh viên Đà Lạt, tác giả và Trung Tướng Lâm Quang Thi, Tư Lệnh Tiền Phương Quân Đoàn I. *(Hình của tác giả)*

Trần Văn Bá bị Cộng Sản xử bắn ngày Tám Tháng Giêng, 1985, cùng hai chiến sĩ phục quốc khác, ông Lê Quốc Quân và ông Hồ Thái Bạch.

Trần Văn Bá vị quốc vong thân lúc vừa tròn 40, tuổi chín chắn và sinh động nhất của đời người.

Sinh ra trong gia đình giàu có, ruộng vườn cò bay thẳng cánh ở quê hương Nam Bộ, du học và thành tài; với tất cả những thuận lợi đó, nếu Trần Văn Bá chọn cuộc sống êm ấm, anh đã như bao nhiêu người đồng lứa khác, vợ con quây quần, nhà cao, cửa rộng, chăn ấm, nệm êm.

Nhưng không. Trần Văn Bá chọn con đường gai góc mà dấn tới như cách tả trong bài Tống Biệt Hành của Thâm Tâm:

Chí lớn chưa về bàn tay không
thì không bao giờ nói trở lại
ba năm mẹ già cũng đừng mong

Từ bỏ tất cả, anh về đồng kham cộng khổ với anh em kháng chiến nơi quê nhà và anh dũng hy sinh vì nghĩa lớn của dân tộc.

Tên tuổi anh xứng đáng được đề trên những bảng đường của đất nước, một mai khi chế độ toàn trị hiện nay sụp đổ do ý nguyện của toàn dân.

Nguyễn Tất Nhiên,
chiếc quần mới
và bữa thịt chó cuối năm cũ

(California, cuối năm 2017)

Sài Gòn năm 1976, khu vực chung quanh bùng binh chợ Bến Thành là một trong những nơi tập trung đông đảo dân buôn bán chợ trời.

Người ta bán không thiếu thứ gì: thức ăn, thuốc Tây, quần áo cũ, cá thịt ướp sẵn từng nồi, sách báo "đồi trụy", "nhạc vàng"... và cả súng.

Nguyễn Tất Nhiên thường leo xe lửa từ Biên Hòa và xuống ga Sài Gòn vào giờ trưa. Chúng tôi gặp nhau ở đó, bữa đói bữa no ở đó và nhận ra nhau rõ hơn cũng ở đó.

*

Chúng tôi quen nhau năm 1973, trong đêm sinh hoạt do Phong Trào Du Ca tổ chức tại hội trường quân đội trên đường

Trần Quốc Toản, Sài Gòn, để tưởng niệm Giang Châu, huynh trưởng của Phong Trào vừa qua đời vì bạo bệnh.

Nguyễn Tất Nhiên. *(Nguồn: Internet)*

Buổi sinh hoạt sắp bắt đầu, tôi đang đứng xớ rớ thì Chủ Tịch Phong Trào, nhà báo Đỗ Ngọc Yến, giới thiệu tôi với một chàng cao lêu nghêu, "mặt vác lên trời": Nguyễn Tất Nhiên.

"Nghe đại danh, hôm nay mới hân hạnh gặp mặt", tôi nói thế. Nhiên nhếch mép, nụ cười "kẻ cả" lắm. Thấy cử chỉ đó

của Nhiên, anh Yến chỉ nhỏ nhẹ, đêm nay Thái sẽ giới thiệu Nhiên lên đọc thơ nhé.

Hai đứa tôi quen nhau như thế đó.

*

Nhiên kiêu lắm. Nhiều khi đến ngông cuồng.

Nhiều đêm, Nhiên ngủ lại nhà tôi, chàng "ngôn" rằng, 20 tuổi sẽ đoạt giải Nobel Văn Chương.

Hiểu được.

Vì mới 16 tuổi, Nhiên đã lừng danh với những bài thơ do "phù thủy âm nhạc" Phạm Duy phổ thành ca khúc. Điều đáng tiếc là Nhiên chưa hề đọc một tác phẩm nào đoạt giải Nobel. Tôi mua tặng bạn hai cuốn: Câu Chuyện Giòng Sông của Hermann Hesse và Lời Dâng của Rabindranath Tagore.

Nhiên thông minh lắm. Chàng thấy ngay và buông một câu chen tiếng "Đan Mạch": "Đ.M, họ viết hay thiệt". Từ đó, không thấy Nhiên nhắc lại mộng Nobel Văn Chương nữa.

*

Nhiên hiền, ít nói, khi cười, mặt hếch cao, nhe hàm răng lởm chởm.

Không biết nói Nhiên mang "lời nguyền truyền kiếp" là mê say con gái Bắc có đúng không? Vì trong thơ và trong đời thường, con gái Bắc làm khổ Nhiên lắm:

"Em nhớ giữ tánh tình con gái bắc
Nhớ điêu ngoa nhưng giả bộ ngoan hiền
Nhớ khiêm nhường nhưng thâm ý khoe khoang
Nhớ duyên dáng ngây thơ mà xảo quyệt."

Tác giả "Hai Năm Tình Lận Đận"
trong mắt Họa sĩ Võ Đình. *(Nguồn: Iternet)*

Trong đám bạn chung thời sau 1975, H. tóc dài, giọng Bắc nhẹ "như thơ". H. đã có bạn trai, Nhiên biết, nhưng vẫn công khai nói, *"tớ chết đi được mỗi khi nghe H. buột miệng hai tiếng 'Trời ơi'"*. Và Nhiên cứ lặng lẽ với chính cái bóng của cuộc tình "con gái Bắc" này.

Lần đầu Nhiên gặp H., nụ cười "chết khiếp" của Nhiên đã đẩy H. ra xa. Hôm đó, cả bọn rủ nhau đi ăn cơm thịt kho hột vịt. Đang ăn, Nhiên ngẩng mặt rú lên cười, hai hàm răng bệt lòng đỏ trứng. "Trời ạ", có Thánh mới chịu nổi. Nhưng đó là Nhiên, cho tới tận ngày bỏ lại mọi muộn phiền sau lưng ra đi vĩnh viễn, vẫn nụ cười đó, vẫn hàm răng đó.

Thân nhau, tôi có cảm tưởng Nhiên không sống ở cõi này. Nhiều lần, đang nói chuyện, Nhiên chợt trôi vào im lặng. Và nhiều lần, Nhiên nói, chắc có ngày tui tự tử quá ông ơi! Nghe lần đầu, còn lo lắng cho Nhiên, nhưng nghe mãi thì biết, bạn mình nói thế để xả một nỗi đau, mối sầu nào trong lòng mà thôi.

Nhiên nghèo, có sao sống vậy, quần ống thấp ống cao, đi chơi với nhau, bạn rủ gì ăn nấy, không đủ tiền thì nhịn.

Một buổi chiều đi ngang một quán cóc ở đường Lê Thánh Tôn, thấy Nhiên ngồi một mình, trước mặt là ly cà phê đã cạn đến giọt chót. Thấy tôi, Nhiên bảo, có tiền trả giùm ly cà phê; ngồi từ sáng đến giờ không đủ tiền trả, chủ quán nhắc khéo nhiều lần mà chịu, cứ phải ngồi lỳ thôi.

Thương Nhiên ở cái tính đó.

*

Tết 1976, cái đói hành hạ. Đói đến độ có lần đi ngang hàng phở, phải quay mặt đi, vậy mà nước bọt cứ tứa ra, đau quặn cả ruột. Đói, cả cái chuông cái mõ trên bàn thờ Phật trong nhà, tôi đem ra bán ở chợ trời để đổi lấy cái ăn.

Nhiên biết gia đình tôi đói; và Nhiên cũng đói.

Một hôm, đang đứng bán thuốc Tây ở sân ga Sài Gòn, thấy Nhiên dắt cái xe đạp cũ kỹ, tài sản duy nhất của chàng, lững thững đi tới. Yên ghế ngồi phía sau là một bọc ni lông. Nhiên bảo, ông già vừa mua cho cái quần, tui bán đi, bọn mình ăn bữa… thịt chó.

Nhìn thằng bạn mặc chiếc quần cũ mèm ống bên trái "chửi bố" ống bên phải, thương bạn, xúc động vì tấm lòng của bạn, tôi không biết nên cười hay nên khóc.

Bữa thịt chó hôm đó, ăn xong vẫn còn thòm thèm. Cái quần mới của Nhiên quy thành tiền, nếu gọi thêm một xị đế và món rựa mận khoái khẩu thì không đủ trả.

Sau bữa thịt chó cuối năm đó, tôi bị bắt, không biết Nhiên ra sao.

*

Ra khỏi tù năm 84, nghe bạn bè nói Nhiên đi Pháp rồi.

Nhiên đi là phải. Chế độ đang cai trị đất nước này coi dân như kẻ thù, ai đi được cũng phải đi thôi. Nhớ có đêm lang thang với Nhiên trên đường Duy Tân, phố vắng dần, chỉ có từng toán công an võ trang đi tuần tra, Nhiên đọc cho nghe hai câu thơ:

"Chúa Phật còn lui chân trước gông cùm chế độ
Huống hồ chút thanh danh Nguyễn Tất Nhiên thống khổ."

Đây không phải lần đầu Nhiên làm thơ với khẩu khí như thế. Trong bài "Hai Năm Tình Lận Đận", Nhiên viết:

"Em bây giờ có lẽ
toan tính chuyện lọc lừa
anh bây giờ có lẽ
xin làm người tình thua
chuông nhà thờ đổ vội
tượng Chúa gầy hơn xưa
Chúa bây giờ có lẽ
xuống trần gian trong mưa
(dù sao thì Chúa cũng
một thời làm trai tơ
dù sao thì Chúa cũng
là đàn ông... đại khờ)"

Nhiên bảo tôi, đúng ra Nhiên muốn viết *"Chúa có gầy hơn ta chăng mà đòi khoe xương sườn trên Thánh Giá"* nhưng lại thôi, vì ngại làm phật lòng người theo đạo.

*

Gặp lại nhau tại California năm 1985. Nhiên từ Pháp đã qua Mỹ vài năm trước đó, còn tôi vừa từ trại tỵ nạn chân ướt chân ráo đến sau.

Thăm Nhiên tại căn nhà trọ ở Quận Cam, bạn mình gầy hơn, nói chuyện có lúc như đang trôi vào cơn mê sảng. Nhiên nói đi nói lại nhiều lần, ông đuổi bà bán hàng rong giùm tôi, mới sáng bảnh mắt mà bả rao hàng ồn quá.

Tôi hoảng! Nhiên "hỏng" rồi.

Nhưng rồi Nhiên trở lại Nhiên của khổ đau dai dẳng. Nhiên đọc tôi nghe đoạn thơ:

đời chia muôn nhánh khổ
anh tận gốc gian nan
cửa chùa tuy rộng mở
tà đạo khó nương thân
anh đành xưng quỉ sứ
lãnh đủ ngọn dao trần!
qua giáo đường kiếm Chúa
xin được làm chiên ngoan
Chúa cười rung thánh giá
bảo: đầu ngươi có sừng !

*

Nhiên hiền, nhưng lúc sửng cồ, cũng ác miệng lắm.

Một hôm trong buổi họp mặt tại nhà Nhà văn Nhật Tiến ở

đường King, thành phố Santa Ana, Nhiên kể tôi nghe vụ lời qua tiếng lại giữa Nhiên và Nhà văn Mai Thảo liên quan đến thơ văn. Nhiên hỏi anh Mai Thảo, *"nếu anh viết về thảm kịch của các cô gái vượt biên bị hải tặc hiếp, anh có đặt tựa bài là 'Mười Đêm Ngà Ngọc Không?'"*

Nhiên không nói, nhưng tôi đoán, anh Mai Thảo chắc không giận Nhiên. Vì anh chủ trương chữ nghĩa không thể dùng để cãi cọ chửi mắng nhau.

Một lần khác, khi Nhiên nói sẽ viết nhạc, Nhạc sĩ Du Ca Nguyễn Đức Quang nói đùa, coi chừng cậu đi lộn giầy đó nhé. Nhiên sửng cồ với anh Quang. Nhiên nói, size giầy của anh Quang nhỏ lắm, không đủ cho Nhiên xỏ chân vào.

*

Thơ Nhiên lúc nào cũng lấp ló đâu đó nỗi đau về một hình bóng, một cuộc tình tan vỡ.

Thân nhau, nhưng Nhiên không hề nói đã thương bao nhiêu người con gái và có bao nhiêu người đã làm Nhiên khổ đau. Chỉ thấy trong thơ Nhiên tràn ngập những nhớ thương dai dẳng:

"... Em hết thương ta rồi phải không?
Thôi thế cho ta bớt não nùng
Thôi thế cho đời ta ngậm đắng
Còn nghe vị ngọt của tình nhân!...

… Giữ cho nhau một chút tình
Giữ cho nhau một ánh nhìn thiên thu
Giữ long lanh, giữ sa mù
Giữ phai nhạt, giữ đền bù nhạt phai… "

Phải chăng, buồn, cô quạnh, là định mệnh của Nguyễn Tất Nhiên?

Còn nhớ, những năm Nhiên sống ở Quận Cam, một số bạn thân của Nhiên đêm đêm vẫn thường nghe tiếng gọi cửa xin ngủ nhờ. Và bạn bè hẳn vẫn còn nhớ hai câu Nhiên viết thời điểm đó:

"Buồn ơi hãy để ta buồn nữa
Trong tiếng làm thinh của ghế bàn"

Có lần Nhiên đến nửa đêm, phòng tôi trọ chỉ có tấm nệm trải dưới đất, Nhiên nhất định nằm trên miếng khăn trải giường. Tôi đọc Nhiên nghe hai câu thơ tương truyền của Phó Đức Chính:

"Cửu tuyền vô khách điếm
Kim dạ túc thùy gia"
(Suối vàng không lữ quán
Đêm nay trọ nhà ai)

Nhiên cười, bảo không biết dưới đó có … Motel 6 không?

*

Một chiều chớm Thu năm 1992, hai đứa ngồi bên lề đường trước trụ sở báo Người Việt trên đường Moran. Tôi rủ Nhiên vào tòa soạn kiếm chút gì ăn, Nhiên bảo *"thằng sắp chết không ăn."* Biết Nhiên hay nói như thế từ thuở còn ở quê nhà, tôi không ngạc nhiên, chỉ bảo, *"ừ, không ăn thì hút điếu thuốc."* Nhiên bảo, *"thằng sắp chết không hút thuốc."*

Một tuần sau, Nhiên tự chọn cho mình cái chết. Năm ấy, Nhiên tròn 40 tuổi.

Anh Mai Văn Hiền báo cho tôi biết tin. Lúc đó, tôi đang chạy chiếc máy in Imperial của nhà in ABC vừa mua chưa được một tuần với giá hơn 20 ngàn. Nghe anh Hiền nói Nhiên chết trong một chiếc xe cũ, đậu ở sân một ngôi chùa, để không làm phiền đến ai. Tôi lên cơn điên bất ngờ, cầm cây búa đập thủng một lỗ lớn ngay trục quay chiếc máy.

Chắc lúc đó tôi khóc!

*

Hôm đi bên quan tài Nhiên ra huyệt mộ, nghe tiếng kèn trumpet của một người bạn chung thổi bài "Thà Như Giọt Mưa", tôi ý thức rõ rằng, Nhiên "BIẾN" rồi. Biến như trong một bài thơ Nhiên đọc cho tôi nghe vào một lúc tôi đoán Nhiên sầu hận nhất (tôi đã cố tìm mà không còn ai nhớ nguyên văn cả bài):

"Tôi hô BIẾN cái tôi buồn,

Tôi hô BIẾN nỗi thuồng luồng đời tôi

Tôi hô BIẾN VỢ
Tôi hô BIẾN CON
Tôi HÔ BIẾN CÁI NÀO NÓ HIỆN RA CÁI NẤY"

Với hoàn cảnh của Nhiên, ít nhất trên một lần, tôi nghĩ, BIẾN như thế hóa ra hay cho Nhiên!

Nhớ thương cậu Tiến

(California, tháng 12, 2001)

Lần đầu tiên tôi được biết đến tên tuổi Như Phong Lê Văn Tiến là năm 1976. Chính anh chị Từ Công Phụng-Từ Dung, nói cho tôi biết về ông. Dạo ấy, Sài Gòn vừa bị "đổi tên," tôi sống ngoài lề đường, bán sách cũ trước cửa rạp Rex, bán quần áo cũ ngay ga xe lửa đường Lê Lai, bán thuốc tây trên đường Pasteur, bán rau muống ở chợ Hãng Phân bên Vĩnh Hội, và bán cả... súng cho những người đi vượt biên. Nghĩa là kiếm sống bằng đủ mọi cách.

Nghe tiếng ngoài đời

Một buổi sáng tháng Tư, 1976, anh chị Từ Công Phụng ra chỗ tôi bán hàng và kể cho nghe về vụ công an bắt người cậu của chị Từ Dung vào đêm hôm trước. Anh Phụng say sưa nói về ông Tiến: ông Tiến làm báo từ thuở xa xưa, mãi những năm 1940; ông Tiến làm cách mạng, tham gia các hoạt động đấu tranh; ông Tiến quan hệ thân thiết với các đảng cách mạng Việt Nam; ông Tiến làm báo Tự Do; ông Tiến nhà bình luận chuyên về Cộng Sản miền Bắc; ông Tiến người từ chối tham chính nhưng dính dự vào nhiều quyết định liên quan đến việc bổ nhiệm nhân sự của nội các chính phủ Nguyễn Cao Kỳ; ông Tiến tác giả cuốn Khói Sóng để lại dấu ấn nơi nhiều người; ông Tiến nhà sưu tầm hoa lan... Tóm lại, ông Tiến là tất cả trước mắt anh chị Phụng. Càng nghe, tôi càng xuýt xoa với anh Phụng là tại sao tôi không có cơ duyên một lần được gặp con người lẫy lừng như vậy. Hỏi thế, anh Phụng mắng cho cũng phải. Anh bảo thời ông Tiến thành danh, đã bay bổng như một con rồng thiêng thì tôi đã chào đời đâu để mà nói chuyện gặp hay không gặp ông. Rồi khi ông lúc ẩn lúc hiện trong sinh hoạt của xã hội miền Nam thì tôi vẫn còn tắm mưa, đánh đáo..., thì làm sao gặp người cậu kiệt xuất của anh được.

Cứ thế, những ngày sau đó, mỗi khi anh chị Phụng ra chơi với tôi tại các ngã đường tôi kiếm sống, tôi cứ bám riết lấy anh chị để mong được nghe thêm về ông Như Phong. Một lần anh Phụng buột miệng: Em cứ lang thang thế này mà lại còn thập thò chuyện chống đối, thì thế nào cũng có ngày gặp ông Tiến... trong tù.

Gặp mặt trong tù

Tù thì tôi không mong, nhưng được gặp ông Tiến thì lúc

nào tôi cũng ước. Mà trong hoàn cảnh ông Tiến đang bị giam, điều tôi mong chỉ thành, một khi tôi bị bắt vào tù thì mới có thể gặp được ông.

Nhà báo Như Phong Lê Văn Tiến lúc còn trẻ
ở Sài Gòn. *(Hình tư liệu của tác giả)*

Như Phong Lê Văn Tiến sau khi ra khỏi trại giam
năm 1990. *(Hình tư liệu của tác giả)*

Tháng Ba năm 1978, tôi bị bắt vì tham gia Mặt Trận Dân
Tộc Tiến Bộ với bác sĩ Nguyễn Đan Quế và bị giam tại trại T

20 Phan Đăng Lưu. Nổi trôi từ biệt giam qua phòng lớn, tháng 11 năm 1978, tôi bị chuyển vào phòng 8 khu C 2. Qua câu chuyện của các bạn tù cùng phòng, tôi được biết phòng 10 bên cạnh hiện đang giam một số nhân vật tên tuổi của miền Nam như bác sĩ Nguyễn Tiến Hỷ, nguyên Quốc Vụ Khanh kiêm Tổng Trưởng Giáo Dục; ông Lê Khải Trạch, nguyên Đổng Lý Văn Phòng Bộ Thông Tin thời Đệ Nhất Cộng Hòa; ông Đinh Xuân Cầu, tác giả cuốn *Bên Kia Bến Hải,* và nhà báo Như Phong Lê Văn Tiến.

Ôi! Tôi vui sướng biết bao khi biết rằng cách tôi một tấm vách là con người tôi luôn ấp ủ hy vọng có ngày được gặp mặt. Thế rồi một buổi sáng, tù nhân phòng 10 được phép ra ngoài hiên phơi nắng. Bạn tù cùng phòng với tôi trỏ cho biết: "Ông già Lê Văn Tiến đứng kia kìa."

Dong dỏng cao, gầy, nhưng da dẻ hồng hào, hai tai dài phúc hậu, mũi hơi quặp xuống một chút, mắt đen pha chút sắc nâu, ông Như Phong đang quơ tay làm vài động tác thể dục. Bất chấp lệnh cấm của trại giam, tôi đánh bạo gọi thật to: "Cậu Tiến." Tiếng "cậu" bật ra khỏi miệng tôi thật tự nhiên, tựa như tôi đã là người thân của ông vậy. Ông Như Phong nhìn về hướng phòng 8, hỏi lại: "Ai gọi đấy?" Tôi trả lời: "Cháu là anh em kết nghĩa với anh chị Từ Dung, Từ Công Phụng đây." Và cứ thế, vừa nháo nhác canh chừng công an gác trại, vừa nhát gừng câu được câu mất, hai cậu cháu trao đổi tin tức cho nhau về đời sống ngoài đời khi tôi chưa bị bắt, và đời sống trong tù những tháng qua của ông. Trước khi bị lùa vào phòng vì hết giờ tắm nắng, cậu Tiến bảo sẽ tìm cách gởi cho tôi ít thuốc lào và đường, vì lúc đó tôi chưa được thăm nuôi.

Cứ thế cho tới ngày tôi lại bị chuyển qua các phòng khác, các khu khác, hai cậu cháu vẫn tìm cách liên lạc với nhau. Trong một lần thăm nuôi, cậu Tiến gặp mặt chị Từ Dung. Chắc chị đã nói với cậu về tôi nên cậu tỏ ý tin tôi hơn trước.

Một đêm mưa tháng 12 năm 1978, khoảng 3 giờ sáng, công an vào phòng 10, điệu hai người là ông Lê Khải Trạch và Đinh Xuân Cầu ra khỏi phòng. Kể từ đó, không còn ai biết tin tức về hai ông nữa. Người ta kháo nhau rằng hai ông bị đưa đi thủ tiêu. Sáng ngày hôm sau, tôi bị chuyển qua phòng 5 khu C 1. Sau khi vào phòng này, tôi được biết trước đó ít phút, giáo sư Đoàn Viết Hoạt bị đưa từ phòng ấy qua biệt giam. Từ đó, tôi mất liên lạc với cậu Tiến cho tới mãi tháng Tám năm 1981.

Cùng một phòng giam

Trại giam Chí Hòa có tám cạnh. Người ta bảo Nhật xây theo hình bát giác, ngay giữa là một bồn nước được thiết kế theo hình một lưỡi gươm đâm ngược xuống đất để "yểm không cho tù trốn trại." Tám cạnh của Chí Hòa chia tù thành từng khu: AH, FG, ED và BC. Tôi bị đưa vào phòng 10 BC, cùng đợt với các ông Hồ Hữu Tường, Nguyễn Tiến Hỷ, Vũ Hữu Bính, Tống Đình Bắc... Một thời gian ngắn sau đó, đợt chuyển tù từ trại T 20 Phan Đăng Lưu sang T30 Chí Hòa mang theo các ông Như Phong Lê Văn Tiến, Thái Lăng Nghiêm, Đoàn Viết Hoạt, Nguyễn Đan Quế...

Ba ngày Tết năm 1981 vừa dứt, sau khi bị kỷ luật, chuyển từ phòng lớn lên biệt giam ở lầu 4, rồi từ biệt giam về lại phòng lớn, tôi được đưa vào phòng 14 khu BC. Tù nhân một số phòng khác cũng được chuyển vào, trong đó có các ông Lê Văn Tiến, Thái Lăng Nghiêm, Đoàn Viết Hoạt, Đào Văn. Bác sĩ Nguyễn Đan Quế thì vẫn nằm lại phòng 9 khu BC. Khó tả nổi tâm trạng của tôi lúc ấy. Buồn lo vì biết chuyển phòng giam chung với những nhân vật lẫy lừng như vậy là ngày về mịt mờ lắm. Còn vui mừng là vì được ở chung với những người xưa nay tôi chỉ nghe danh chứ chưa bao giờ dám mong có cơ may gặp mặt, huống hồ gì lại còn được ở chung, nhất là cậu Tiến.

Những tháng ở cùng cậu Tiến thật khó quên. Biết bao kỷ niệm vui buồn, đói khát, hoang mang, nhưng quan trọng hơn cả, tôi học được ở cậu không biết bao nhiêu điều, từ kiến thức uyên bác cho đến nhân cách sáng ngời của cậu. Tôi quấn lấy cậu như thể cậu sẽ xa tôi ngày mai vậy. Cả ngày, trừ giấc ngủ trưa và giờ ngủ tối, tôi quanh quẩn bên cậu, nghe kể những chuyện cậu dính dự vào giai đoạn lịch sử từ thời 1945 đến khi bị bắt. Chao ôi, sao cậu hiểu biết đến thế, sao cậu lẫy lừng đến thế! Nào là làm báo, nào là dự phần quan trọng vào các quyết định của chính phủ miền Nam, nào là những mối quan hệ với các đảng phái quốc gia, tôn giáo, nào là các mưu tính tìm đường quật khởi sau khi Cộng Sản chiếm Sài Gòn. Trong các câu chuyện của cậu, không hề nghe cậu đả động gì tới bất cứ một bóng dáng phụ nữ nào trong đời cậu. Có lần tôi nêu thắc mắc, cậu bảo người ta cũng đồn đại rằng cậu có một mối tình lớn với một người đàn bà góa chồng, vợ của một nhân vật cách mạng Việt Nam, nhưng sự thật cậu rất quý trọng người đàn bà ấy và xem bà như người chị. Cậu cho biết tình cảm của cậu trong sáng lắm, không ai có quyền dị nghị.

Đời sống của cậu trong tù là mẫu mực của một người khí phách, tự tại. Không ai có thể bắt gặp nơi cậu một giây phút yếu lòng nào trước kẻ thù. Lúc nào bạn tù cũng thấy ở cậu tinh thần an nhiên, chấp nhận mọi nghịch cảnh và lạc quan, tin vào tương lai. Ngày thăm nuôi, giỏ quà của cậu do người nhà tiếp tế khiêm tốn lắm, nên cậu luôn chia thức ăn rải đều cho một tháng, nhất là món đậu phụng rang. Cậu ăn uống chừng mực, mỗi bữa cơm của trại cậu ăn kèm với trên một chục hạt đậu phụng rang, không hơn, không kém. Trông cậu nhai rất kỹ từng và cơm, người ta thấy rõ cậu an bình và tận hưởng từng khoảnh khắc của đời sống, dù trong hoàn cảnh tù đầy, lúc nào cũng bị rình rập bởi nhiều thứ đê hèn, nghiệt ngã. Cậu còn khéo tay vô cùng. Chính cậu dạy anh em trong phòng cách chế tạo một ống vố hút thuốc làm từ vỏ kem đánh răng và bông băng nhúng thuốc đỏ. Cậu thường dành giờ trưa những khi không ngủ để làm vố hút thuốc. Cậu gò lưng xuống sàn phòng giam, say sưa mài ống vố cho đến khi màu đỏ nổi vân lên xen với màu đen của bao ni lông đã đốt thành than, làm cho ống vố đẹp không khác gì loại đắt tiền bán ngoài đời. Ống vố này còn giúp tù nhân dấu thư bên trong, chuyển qua từng phòng hoặc chuyển ra ngoài đời cho gia đình. Có lần tôi nói: Công an mà bắt được lối đưa tin này thì chúng lột da cậu. Cậu cười xòa, thân mật mày tao với tôi: Da tao khô đét như các phù thủy Ấn Độ. Da mày còn trẻ thì chúng lột mới thích chứ. Nói đến Ấn độ mới nhớ, gương mặt cậu Tiến trông khá giống nhà hiền triết Ấn Độ, Jiddu Krishnamurti.

Ông Ba Tốc Lê Văn Tiến và thú chơi hoa Lan ở Bình Dương sau khi ra khỏi tù *(Hình tư liệu của tác giả)*

Miên man chuyện này sang chuyện nọ, có lần cậu nhận xét rằng tôi chỉ thích hợp với thời loạn, và nếu có cơ hội trở lại, cậu sẽ giao cho tôi việc vận động quần chúng. Khoảng đầu năm 1982, tin đồn sắp có chuyển trại lan trong các phòng giam. Sợ đến ngày phải chia tay, tôi hỏi cậu, *"nếu cháu được thả và tìm cách vượt biên, cháu nên làm gì để góp phần cho việc chung, và xin cậu đặt cho cháu một bí danh."*

Sao cậu lại đặt bí danh Cao Hòa?

Câu này vần điệu nghe cứ như thơ, nhưng thực ra chỉ là câu tôi hỏi khi cậu Tiến đặt bí danh cho tôi. Cậu giải thích: Cao là Cao Đài, Hòa là Hòa Hảo. Vả lại "cao" còn chỉ tầm vóc của tôi, còn "hòa" là do cậu muốn tâm tôi dịu đi, đừng lúc nào cũng xấn xổ như "con gà chọi." Cậu nói thêm: hai lực lượng quan trọng cần liên lạc chặt chẽ là Cao Đài và Hòa Hảo, và việc cần làm khi ra được nước ngoài là vận động tiền để lập một đài phát thanh, lấy tên Cao Hòa, phát về các tỉnh miền Nam. Tôi hỏi cậu: Thế còn miền Bắc thì sao? Cậu bảo địa bàn đó phải đợi cậu thoát ra ngoài thì mới tính được vì đó là đất sở trường của cậu. Về nhân sự, cậu còn dặn: qua Mỹ nhớ tìm bằng được ba người là cựu Trung Tướng Nguyễn Chánh Thi, cựu Đại Tá Phạm Văn Liễu và cựu Đề Đốc Hoàng Cơ Minh. Cậu nói ba người đó tâm huyết lắm, trong sáng lắm, họ sẽ không quên chuyện non nước đâu. Sau này cậu

Tiến qua Mỹ, không bao giờ thấy cậu có ý định đi tìm gặp hai ông Nguyễn Chánh Thi và Phạm Văn Liễu (ông Hoàng Cơ Minh đã mất trước khi cậu tới Mỹ). Cả việc lập đài phát thanh Cao Hòa cũng không nghe cậu nhắc đến nữa. Tôi không hỏi, nhưng tin chắc cậu phải có lý do.

Chia tay bên hàng song sắt

Tôi không nhớ chắc, nhưng khoảng tháng Ba năm 1982, các phòng giam tù chính trị tại Chí Hòa ồn lên vì đợt "bắt gà" vĩ đại, phòng nào cũng có "gà" bị bắt. "Bắt gà" là từ ngữ chúng tôi dùng để mô tả những đợt tập trung tù đi lao động hoặc chuyển qua trại khác. Chúng tôi không biết từ này do ai đặt ra và có từ bao giờ, nhưng không có từ nào chính xác hơn để tả cảnh xớn xác, lo âu, hốt hoảng của tù nhân khi nghe đọc tên để rồi khăn gói ra khỏi phòng, không biết rồi tương lai sẽ về những đâu. Đợt "bắt gà" lần đó hốt mất tất cả những nhân vật bị chế độ xem là nguy hiểm. Từ một ông giám đốc cỡ trung cho đến người cầm đầu một bộ trong chính phủ; từ một sĩ quan tình báo cấp úy cho đến người phụ trách tình báo cấp quân khu; từ một đảng viên cấp thấp cho đến lãnh tụ một đảng ..., nghĩa là tất tật, hầu như không sót một người nào. Những người bị gọi tập trung trước cửa từng phòng, ngồi thành hàng một, rồi bị chuyển qua khu AH. Nhìn cậu Tiến khuất dần ở cuối hành lang, lòng tôi đau xót vô cùng, không biết đường trường sông núi liệu có ngày cậu cháu gặp lại nhau hay không.

Gặp lại trên đất Mỹ

Ra khỏi tù cuối tháng Hai 1984, gần ba tháng sau tôi vượt biên, và sau đó định cư tại Mỹ. Năm 1994, lúc đang kiếm sống bằng nghề lái taxi bên Hawaii thì cậu Tiến tới California theo diện đoàn tụ gia đình do người em bảo lãnh. Tôi học tốc từ Hawaii về kiếm cậu. Mừng mừng tủi tủi. Trông cậu vẫn vậy, vẫn tinh anh, vẫn an nhiên, duy mái tóc bạc đi nhiều. Cậu vẫn lạc quan như độ nào, thậm chí đôi khi lạc quan thái quá. Với tôi, đây là đức tính biểu lộ tinh thần trẻ trung của cậu. Mới chân ướt chân ráo tới Mỹ, cậu đã say sưa viết một dự án làm báo mang tầm vóc toàn cầu. Cậu bảo: *Phải chuẩn bị ngay từ bây giờ để đến thời hậu Cộng Sản không bị ngỡ ngàng.*" Cậu còn nói, mai sau cậu sẽ trở thành một tài phiệt trong ngành truyền thông tại Việt Nam. Tài phiệt hiểu theo nghĩa nắm trong tay một hệ thống báo chí, truyền thanh, truyền hình rộng khắp lãnh thổ.

Những người bạn trạc lứa tuổi tôi do tôi đưa đến thăm, khi nghe cậu say sưa như thế chỉ cung kính chứ không tán thành, vì ước mơ của cậu to lớn quá, không dễ gì thực hiện nổi.

Có lần khi chỉ có hai cậu cháu, tôi nói với cậu Tiến về suy nghĩ của tôi. Cậu tặc lưỡi rồi nói: *Thì "ba tốc" tí chơi ấy mà.* Ba Tốc là biệt danh cậu tự đặt cho mình. Cậu giải thích: "*Ba là lối gọi theo thứ tự người miền Nam, còn Tốc là cà tửng, cà giỡn, là xem nhẹ mọi thứ trên đời này, là đùa tí chơi với đời."*

Hôm gặp lại cậu, hai cậu cháu đi ăn cơm trưa, có cả ông V., một người thuộc thế hệ đàn em của cậu từ thời còn ở Việt Nam trước 1975. Tôi cũng biết ông V. vì ông rất hăng hái trong các sinh hoạt cộng đồng. Trên đường chở cậu về nhà người em của cậu, ông V. buột miệng hỏi: *"Anh Tiến biết nhiều về các đảng phái quốc gia, theo anh thì ông Lý Đông A còn sống không?"* Xe đang chạy, cậu bảo tôi dừng lại bên lề, rồi xoay ra băng sau, với cách nói tôi hay đùa là *"vừa lạnh lùng vừa quyến rũ,"* cậu nói với ông V.: *"Ông Lý Đông A còn sống, và hiện sống ngay tại quận Cam trên đất Mỹ."* Nhìn mắt ông V., tôi biết ông phân vân lắm. Khi tôi chở ông V. đến chỗ đậu xe, ông ngập ngừng một lúc rồi hỏi: *"Thái cận kề với anh Tiến lâu năm, vậy Thái nghĩ điều anh Tiến nói có đúng không?"* Tôi đột nhiên nổi tính nghịch ngợm, bèn *"ba tốc"* giống cậu Tiến, trả lời: *"Cậu Tiến nghiêm trang như thế thì chắc là đúng rồi."* Xin quý vị Duy Dân thứ lỗi cho, vì ai cũng biết ông Lý thất tung từ năm 1947. "Thất tung" là cách nói của các chiến sĩ Duy Dân, chứ thực ra phải nói rằng ông Lý không còn nữa, vì không ai thấy ông nữa từ đó đến nay.

Chung một mái nhà

Năm 1996, cậu Tiến và tôi mướn chung một căn mobile home trên đường Bolsa. Hai năm sống với cậu thật êm đềm. Căn nhà trở thành nơi lui tới của bạn bè cậu, bạn bè tôi. Những người bạn tôi thuộc thế hệ con cháu cậu Tiến, ai cũng yêu kính cậu. Họ tìm thấy nơi cậu tâm hồn trẻ trung, sống động, bao dung, hài hòa, một con người uyên bác sẵn sàng trao truyền không hề dấu diếm kiến thức và kinh nghiệm. Quý nhất là tinh thần dân chủ nơi cậu; không bảo thủ, không hẹp hòi, không hợm mình, lúc nào cũng mở lòng với tuổi trẻ. Nhiều người bạn tôi quen cậu sau này gắn bó với cậu có phần hơn cả tôi. Với tôi, cậu vẫn thường mắng yêu rằng tôi hung hăng, xấn xổ quá, lúc nào cũng chực ăn tươi nuốt sống người khác. Cậu bảo tôi là "ngựa non háu đá", cần phải sửa đổi nhiều thì mới khá được. Tôi trân quý những lời cậu dạy, dù đôi lúc cũng gân cổ cãi lại.

Cậu Tiến và tác giả tại căn mobil home
ở Nam California năm 1996. *(Hình tư liệu của tác giả)*

Cuối năm 1997, tôi qua Washington, D.C. làm việc cho đài Á Châu Tự Do. Tôi mời cậu cùng qua ở với tôi. Thế là tôi lại có thêm một thời gian gần gũi cậu. Không có dịp sống với gia đình ruột thịt từ 20 năm, tôi xem cậu như bố ruột. Tôi biết nhiều lần làm cậu buồn vì tính ngang ngạnh, cục súc của tôi. Nhưng tôi tin cậu biết là tôi yêu kính cậu đến mực nào.

Sống với cậu như thế cho đến khi tôi lấy vợ vào tháng Tám 1998. Lấy vợ rồi tôi không còn dịp ở chung với cậu nữa. Hai vợ chồng rất thiết tha mời nhưng cậu bảo để chúng tôi tự do. Những năm tháng sau đó tôi ít gặp cậu. Vả lại, tôi cũng có một số lỗi lầm khiến cậu buồn.

Vĩnh biệt cậu Tiến

Cậu Tiến mất tại Virginia lúc 9 giờ 40 phút chiều thứ Ba, ngày 18 tháng 12, 2001. Tin buồn đến khi tôi vừa rời sở làm. Trên đường về nhà, tôi nức nở như một đứa con nít. Hai lần tôi khóc nhiều như vậy. Một lần là lúc mẹ tôi mất cách đây trên 10 năm, và lần này. Điện thoại cho Giáo sư Nguyễn Mạnh Hùng đang sống tại Virginia. Đầu giây bên kia, ông Hùng cũng buồn lắm. Ông cho biết suốt mấy ngày nay ông không làm được gì cả, vì cứ nghĩ đến cậu Tiến đang hấp hối trong bệnh viện.

Những ngày cuối của cậu Tiến, tôi không về được để gặp mặt cậu, chỉ biết tin về cậu qua hai anh bạn là Đặng Đình Khiết và Lâm Ngọc Chiêu. Cả hai anh mới quen cậu sau này, nhưng đã túc trực bên giường bệnh trong suốt thời gian cậu đau ốm ở nhà thương. Anh Khiết sống tại Virginia, còn anh Chiêu thì bỏ cả vợ con và việc làm ở California để qua săn sóc cậu Tiến.

Thủ bút của Nhà báo Như Phong; Hai Trang là bút hiệu khác của Lê Văn Tiến khi ông viết cho đài RFA. *(Tư liệu của tác giả)*

Điều này cho thấy hai anh yêu thương cậu mức nào. Mà không chỉ riêng hai anh Khiết và Chiêu, biết bao nhiêu anh em khác cũng yêu thương cậu như vậy. Cháu Tâm, con gái một người bạn tôi hiện đang sống bên Úc, khi nghe tin cậu Tiến mất, khóc nhiều lắm và ngẩn ngơ cả tuần. Cháu chỉ được gặp cậu Tiến một lần, và rất ngắn ngủi, thế mà cháu thương yêu cậu đến thế!

Bây giờ thì cậu không còn nữa, nhưng đó chỉ là phần xác thôi, chứ tinh anh của cậu, TIẾN như GIÓ, TRỤ như NÚI, vẫn còn và sẽ còn mãi trong lòng nhiều người, nhiều thế hệ.

Và trong lòng cháu, cậu Tiến ạ.

Đỗ Ngọc Yến,
con người bí ẩn

(Tháng Tám 2006)

Around the World in Eighty Days" (Vòng Quanh Thế Giới Trong 80 Ngày), là một trong những tác phẩm nổi tiếng của Jules Verne. Nhân vật chính trong chuyện là Phileas Fogg. Tác giả mô tả nhân vật này: *"Phileas Fogg, an enigmatic personage, of whom nothing was known but that he was a very polite man, successful man, one of the most perfect gentlemen, and one of the great orators"*.

Nếu thay tên nhân vật Phileas Fogg bằng Đỗ Ngọc Yến, thì đoạn văn trên có thể dịch thoát nghĩa: *"Đỗ Ngọc Yến là một người bí ẩn. Ông lễ phép, vô cùng lịch lãm, thành công và có tài biện thuyết. Thế thôi, ngoài ra, không ai biết gì hơn về con người này"*.

Lễ phép: Anh Đỗ Ngọc Yến là người rất lễ phép, thậm chí có nhiều trường hợp, ngay cả với những người không đáng, anh cũng lễ phép đến độ "đau lòng". Nhiều người không hiểu, cho rằng anh theo chủ thuyết "hòn bi", nghĩa là tròn trịa, không muốn làm mích lòng ai. Thực ra, bản chất anh là người lễ phép, hiểu theo nghĩa đẹp nhất của cung cách ứng xử này. Tuy nhiên, lúc cần phải "chém đinh chặt sắt", anh Yến cũng cương quyết lắm. Nhất là trong những trường hợp cần bảo vệ điều anh cho là đúng.

Lịch lãm: Từ điển của Đào Duy Anh định nghĩa "lịch lãm là hiểu biết rộng, do từng trải".

Người ta nhận ra ngay sự lịch lãm nơi anh. Anh biết nhiều, nếu không muốn nói là quá nhiều. Mà biết tường tận chứ không phải "cưỡi ngựa xem hoa". Điều nghịch lý, xét về bằng cấp, bằng cao nhất của anh là... muôn đời sinh viên Văn Khoa. Kiến thức của anh do trường đời bám vào; nhưng anh đọc rất nhiều - một con mọt sách.

Thành công: Không ai phủ nhận được thành công của anh Yến, ít nhất là trong hai lãnh vực mà anh theo đuổi hơn nửa đời người, là hoạt động thanh niên và làm báo. Về sinh hoạt thanh niên, có thành có bại, nhưng anh đóng góp nhiều vô cùng, kể từ những năm còn là học sinh trung học thời thập niên 50 và chỉ từ bỏ khi anh nằm xuống. Trong lãnh vực báo chí, tờ báo Người Việt do anh dầy công sáng lập và chăm nom, nay trở thành tờ nhật báo tiếng Việt lớn nhất bên ngoài nước Việt Nam.

Biện thuyết: Anh Yến khó có đối thủ. Khi cần phải trình bày một đề tài, anh phát biểu gãy gọn, mạch lạc, câu chữ được cân nhắc và chọn lựa kỹ càng. Nhưng đó là tài ăn nói thôi. Chứ còn khi viết, anh thường viết những mạch văn dài từ đầu đến cuối câu không hề chấm phẩy. Có lẽ vì thế mà anh ít viết. Tôi cố tìm những bài anh viết, họa hoằn mới thấy một bài, mà phải vất vả vô cùng mới hiểu anh muốn diễn tả điều gì.

Bí ẩn: Khỏi nói. Anh Yến bí ẩn quá đi thôi. Chẳng những bạn, mà thù cũng nghĩ về anh như thế.

Đỗ Ngọc Yến trong mắt bạn hữu

Một trong những bạn thân của anh Yến là anh Trần Đại Lộc nhận xét rằng, *"Yến lạ lắm. Tôi chơi thân với Yến mấy chục năm, vậy mà vẫn còn mù mờ về tông tích của Yến. Có thể nói, Yến là người bí ẩn nhất của thế kỷ".*

Nhận xét nói trên, anh Lộc nói với tôi vào một đêm mưa trong căn nhà của anh ở Sài Gòn, sau năm 1975. Lúc đó, những người Cộng Sản vừa vào chiếm Sài Gòn, hai anh em tìm đến nhau để kiểm xem, anh em bạn bè, ai đi, ai ở, ai còn, ai mất. Nhắc đến anh Yến lúc đó đã di tản rồi, anh Lộc bảo, có hai người sinh hoạt cùng thời mà anh phục nhất, là Đỗ Ngọc Yến và Đỗ Quý Toàn. Vì sao ấy hả, anh Lộc giải thích, vì cả hai người có cái nhìn sâu sắc và viễn kiến, chứ hầu hết các anh em khác - anh Lộc bảo trong đó có cả anh - đều hời hời hợt hợt. Riêng anh Yến, anh Lộc còn nói, *"lạ lắm, học hành không ra làm sao cả, nhưng cái đầu của Yến là cái đầu của một giáo sư đại học, uyên bác, và đã biết điều gì thì biết đến nơi đến chốn."* Sau này, khi gặp lại anh Lộc trên đất Mỹ, anh vẫn nhắc với tôi suy nghĩ đó về anh Yến.

Anh Hà Tường Cát, một người bạn thiết khác của anh Yến thì có lối diễn tả "ghê khiếp" như sau về anh Yến: *"Tôi có thể quả quyết rằng Yến không phải là Cộng Sản. Còn bảo Yến là CIA, là KGB, là cái gì khác thì tôi cũng ngờ lắm"*. Biết anh Cát, thì hiểu rằng đó chỉ là một cách nói, nhằm cho thấy anh Yến bí ẩn lắm, ngay cả đối với bạn bè.

Nhà văn Mai Thảo lúc sinh thời có lần nhận xét về anh Yến, rằng *"hành tung của Yến thì chỉ có Yến và ông Trời biết, chứ ai mà hiểu nổi"*.

Một người khác, anh Đinh Bá Ái, hiện còn ở quê nhà, có lần nói với tôi, *"Yến đi đâu cũng lọt, từ các bộ sở của chính phủ, các hội đoàn thanh niên, thậm chí cả với Nha Cảnh Sát, cũng không gặp vấn đề gì."*

Một lần tôi lên San Jose thăm Thiếu Tướng Nguyễn Khắc Bình, nguyên Tư Lệnh Cảnh Sát Quốc Gia thời Tổng Thống Nguyễn Văn Thiệu, ông Bình nói: *"Yến lãnh tiền của Cục Tình Báo do tôi lãnh đạo."*

Nhà báo Đỗ Ngọc Yến thời trẻ.
(Hình tư liệu báo Người Việt)

Với riêng tôi, tôi đã nhiều lần nghe anh "tiên đoán" trước một số việc sẽ xảy ra, mà nhiều việc liên quan đến thời thế. Và y như rằng, sự việc cứ thế tuần tự diễn ra. Tôi từng tự hỏi, làm sao anh biết trước những việc đó. Nhưng rồi để tự tạo an tâm cho mình, tôi cho rằng, cũng do sự lịch lãm của anh mà thôi, chứ không "ghê khiếp" như cách nhận xét của anh Hà Tường Cát.

Đỗ Ngọc Yến trong mắt thù

Khi đặt bút viết bài này, thoạt đầu, tôi tính đặt tựa bài là "Cộng Sản Hà Nội rất muốn có bộ trống làm bằng da Đỗ Ngọc Yến".

Thật thế, tôi có bằng chứng cho thấy, anh Yến mà không nhanh chân vào những ngày cuối của tháng Tư năm 1975, thì chắc chắn anh sẽ bị Cộng Sản... lột da.

Tội gì ư? Tội "làm CIA".

Tôi còn nhớ, ngay đêm đầu tiên trong lần bị bắt thứ nhất, lúc đó là tháng Tám, 1975, Hai Tải, một sĩ quan công an phụ trách hồ sơ của tôi, đã xấn xổ hỏi tôi về Đỗ Ngọc Yến. Y quăng vào mặt tôi cuốn Nối Vòng Tay Lớn, tập kỷ yếu ghi lại mọi sinh hoạt của Văn Phòng Liên Lạc Sinh Viên Quốc Nội Và Hải Ngoại 1973. Chương trình này do anh Yến làm Điều Hợp Trưởng. Lúc đó, tôi mới vừa xong trung học và được giao vai trò Tổng Thư Ký. Hai Tải, thậm chí cả Năm Trà, Phó Giám đốc Công An Thành Phố, tra vấn tôi liên tục về Đỗ Ngọc Yến. Họ lôi ra những sự kiện mà họ cho là "thành tích chống phá cách mạng của tên tay sai Mỹ - Ngụy, Đỗ Ngọc Yến" và bắt tôi viết lời khai về mối quan hệ giữa hai người.

Tôi còn nhớ lời Năm Trà chì chiết: *"Trong lúc đảng và nhân dân từng bước một giành thắng lợi trong cuộc chiến chống Mỹ, tên đế quốc lâu đời, tên sen đầm già nua của thế giới, thì Đỗ Ngọc Yến đã làm tay sai cho chúng để tìm cách phá hoại nỗ lực của cách mạng"*. Năm Trà còn nói, Đỗ Ngọc Yến nguy hiểm hơn rất nhiều thành phần khác của chế độ miền Nam, vì *"ẩn dưới chiêu bài hoạt động thanh niên sinh viên để chống Cộng."*

Khoảng đầu năm 1976, báo Sài Gòn Giải Phóng của Cộng Sản còn đăng loạt bài "Đỗ Ngọc Yến là ai?", trong đó, ngoài những chi tiết thật về vai trò của anh Yến trong phong trào thanh niên miền Nam, còn có những chi tiết dựng đứng, thêu dệt nhằm thuyết phục độc giả tin rằng, Đỗ Ngọc Yến là sản phẩm của tình báo Mỹ.

Hai lần bị bắt sau, công an đều hỏi cung tôi rất nhiều về anh Yến.

Cộng Sản nghĩ về anh Yến như thế. Còn một số người Quốc Gia không ưa anh thì cho rằng, anh là Cộng Sản. Có thời, tính mạng anh còn bị đe dọa do một số người vu cho anh "thân" Hà Nội.

'Đỗ Yến, cháu Đỗ Mười'

Đây chỉ là chuyện hoàn toàn đùa giỡn, thuần túy là sản phẩm của trí tưởng tượng và do lỗi... tại tôi mọi đàng.

Chả là, lúc Đỗ Mười vừa lên làm Tổng Bí Thư Đảng Cộng Sản Việt Nam, báo Người Dân, xuất bản ở Nam California, có một buổi họp mặt một số anh em trong giới hoạt động để trao đổi với nhau những ưu tư thời cuộc.

Hôm đó, tôi ra vẻ "cực kỳ nghiêm trọng" và bí mật "một cách rất công khai", nói với những người có mặt trong buổi sinh hoạt, *"này này, chỉ trong nội bộ chúng ta thôi đấy nhé, Đỗ Ngọc Yến là cháu gọi Đỗ Mười bằng bác đấy."* Đợi cho mọi người buông đũa buông chén và hướng về phía mình, tôi tiếp tục, *"Đỗ Mười tên thật là Đỗ Ngọc Mười, là anh ruột của ba anh Yến. Thời thanh niên, lúc bắt đầu đi theo Cộng Sản, Đỗ Mười thấy đi làm cách mạng vô sản mà có tên lót 'Ngọc' thì có vẻ 'tư sản' quá, nên quyết định bỏ chữ Ngọc để chỉ còn là Đỗ Mười. Còn anh Yến, lúc bấy giờ mới lớn, cũng theo bác Mười, bỏ chữ lót và lấy tên là Đỗ Yến. Sau này, khi vào Nam, sợ cách gọi Đỗ Yến có vẻ 'vô sản' quá, dễ bị công an nghi ngờ, nên lấy lại tên cũ là Đỗ Ngọc Yến và dùng cho tới bây giờ."*

Chuyện diễu dở chỉ có vậy và ngay sau đó tôi quên đi. Ai

dè, một tuần sau, tờ Việt Nam Hải Ngoại xuất bản ở San Diego do Luật sư Đinh Thạch Bích chủ biên cho đăng trong mục phiếm luận bài viết "Đỗ Ngọc Yến là cháu Đỗ Mười". Tôi gọi điện thoại hỏi anh Bích, anh cười ngặt nghẽo bảo: *"Tớ chọc Yến chút cho vui ấy mà"*. Đúng là "Tướng núi Đinh Thạch Bích" của thời kháng chiến chống Pháp trong chiến khu núi Bà Đen của Trình Minh Thế vào những năm 1950.

Mãi sau này, vào năm 1994, một hôm có dịp đi cùng nhà báo lão thành Như Phong Lê Văn Tiến và anh Yến xuống thăm ông "Tướng núi", anh Đinh Thạch Bích nói trước mặt mọi người, trong đó có hai anh Lê Văn Thái và Chu Tử Kỳ, rằng: *"Tớ đùa tí, Yến đừng để bụng nhé"*.

Nhà báo Đỗ Ngọc Yến, sáng lập Nhật Báo Người Việt.
(Hình tư liệu báo Người Việt)

Anh Yến có để bụng hay không, chỉ anh biết. Nhưng trên đường về lại Quận Cam, khi chỉ có ông Như Phong và tôi, anh Yến bảo tôi bằng một thái độ hết sức nhỏ nhẹ: *"Kỳ sau Thái đừng đùa như thế nữa nhé"*.

Đánh trống bỏ dùi

Nhiều anh em bạn hữu của anh Yến thường nửa đùa nửa thật, anh Yến là chuyên viên "đánh trống bỏ dùi", hàm ý chỉ bày trò rồi bỏ mặc mọi việc cho người khác. Thậm chí còn diễu, mỗi lần dọn nhà, anh Yến phải thuê cả một xe vận tải để... chở dùi trống trong garage.

Cũng đúng, và cũng sai.

Đã xảy ra ít nhất vài lần, với tôi là nạn nhân.

Năm 1973, trong một buổi họp của Văn Phòng Liên Lạc Sinh Viên Quốc Nội và Hải Ngoại, Điều Hợp Trưởng Đỗ Ngọc Yến yêu cầu tôi làm một biểu đồ sinh hoạt hàng tuần của Văn Phòng để dùng cho buổi họp hôm sau. Hì hục cả ngày mới xong. Vậy mà đến lúc họp, anh Yến không hề đã động gì đến, và tỉnh như "ruồi", y như không hề nói với tôi điều gì về "kế hoạch thuyết trình" này.

Một lần khác, lúc phong trào cứu người vượt biển lên cao độ, anh Yến bàn luận say sưa với tôi nhiều công tác lắm. Thế rồi đến giờ họp cùng các anh em khác, anh không xuất hiện.

Tôi gọi điện thoại đến nhà thì mới biết, anh đang điềm nhiên coi tin tức truyền hình.

Những anh em cùng gắn bó với anh Yến từ thời thanh niên, và nhất là sau này ở hải ngoại, cùng tụ với nhau làm tờ Người Việt đều kinh nghiệm ít nhiều về những lần "đánh trống bỏ dùi" của anh Yến. Thậm chí có người còn nói, Yến thích bàn cứ để cho anh ấy bàn, còn làm thì "forget it".

Nhiều, còn nhiều chuyện như thế đã xảy ra.

Đó là anh Yến. Nhưng quả đáng tội, đó cũng không hẳn là anh Yến.

Nhà báo Đỗ Ngọc Yến và ấn bản Người Việt số 6000.
(Hình tư liệu báo Người Việt)

Theo tôi, thực ra, anh Yến không hẳn là người đánh trống bỏ dùi. Vì nếu quả là như thế, thì các phong trào thanh niên mà anh có công gầy dựng đã không đạt được những thành quả đáng kể trong mấy chục năm qua, và báo Người Việt không ngày càng phát triển như hiện nay. Anh Yến là người có đầu óc chiến lược. Anh nhìn ra vấn đề và thảo luận với người khác. Còn việc thực hiện, "... not his business".

Lại nhưng. Nhưng cũng còn tùy. Có những việc anh Yến lao vào và nhất định thắng cho bằng được. Những ngày khó khăn của tờ Người Việt, anh ngày đêm một mình lầm lũi chứng minh cho quyết tâm của anh. Tôi còn nhớ, ít nhất hai lần, anh Yến trách tôi: *"Thái hay bỏ cuộc dở chừng, không chịu bám trụ vào một việc gì nhất định"*. Lời nhận xét của anh Yến rất đúng, 20 năm qua, tôi lang thang hết từ việc này đến việc nọ, và có lẽ bây giờ mới định được cho mình một công việc đúng theo sở thích.

Người phụ nữ sau lưng

Câu nói hầu như ai cũng biết, *"sau sự thành công của một người đàn ông, lúc nào cũng có bóng dáng một người phụ nữ"*.

Trong trường hợp anh Yến, bóng dáng thấp thoáng đó là chị Loan, vợ anh. Tôi hiếm thấy người nào hiền với chồng như chị Loan. Tôi có thể nói chắc nịch, vào tay người đàn bà khác, anh Yến chắc chết. Tức là chết là cái chắc. Một cách bổ bã bình dân, "Chỉ có Giời mới chịu nổi ông ấy".

Còn nhớ một buổi chiều năm 1974. Lúc đó, trụ sở Văn Phòng Liên Lạc Sinh Viên Quốc Nội và Hải Ngoại đã dọn từ đường Tự Do về số 19 Kỳ Đồng. Hôm đó, tôi có việc phải ghé ngang báo Đại Dân Tộc để gặp ký giả Mai Phương, bút hiệu của anh Yến. Tôi báo cho anh biết về buổi sinh hoạt sẽ diễn ra tại trụ sở Văn Phòng vào buổi tối. Anh bảo đã lỡ hẹn đưa chị và các cháu đi ăn tối rồi đi coi xinê. Tôi bảo, vậy anh cứ về nhà đi, đừng bận tâm về buổi sinh hoạt.

Nhà báo Đỗ Ngọc Yến (cầm microphone) tại Trại Sinh Viên Đà Lạt năm 1973; tác giả (tay trái gãi đầu). *(Hình tư liệu của tác giả)*

Vậy mà, chương trình vừa bắt đầu, đã thấy anh lò dò đến.

Hôm đó, tất cả anh em cùng tham dự đêm không ngủ tại trụ sở. Sáng hôm sau, mới bảnh mắt, Sài Gòn vừa dứt giới nghiêm thì chị Yến tới tìm. Chị thấy anh Yến phong phanh mỗi chiếc áo may ô, nằm cuộn tròn dưới đất, bên cạnh những anh em khác. Anh Yến bật dậy, lẳng lặng ra về trên chiếc Suzuki màu đỏ.

Một lần khác, ở hải ngoại, vào năm 1994, lúc đó tôi đang sống bằng nghề lái taxi ở Hawaii. Từ "hoang đảo" trở về đất liền chơi, tôi được tin một huynh trưởng thanh niên và bạn thân của anh Yến là anh Trần Đại Lộc cùng gia đình đang trên đường sang Mỹ định cư, và chuyến bay sẽ xuống Houston, Texas, trong hai ngày tới. Thế là các anh Đỗ Quý Toàn, Lê Đình Điểu, Hà Tường Cát và tôi mướn xe lái sang Texas đón anh Lộc. Anh Yến thì nằng nặc không đi, vì còn bận việc tờ báo, và bận *"vài việc nhà"*.

Vậy mà khi chúng tôi ra xe, tỉnh queo, anh leo lên và bảo tôi ghé ngang nhà để anh mang theo *"một chiếc áo"*. Khi trao cái túi cho anh, chị Loan thản nhiên quá chừng chừng, vì chị đã quá quen với lối sống kiểu đó của anh.

Hơn 30 năm trời quen biết anh chị Yến, tôi chưa hề một lần thấy chị Loan tỏ ra phiền hà, hay có một lời trách móc anh. Ít nhất là trước mặt bạn bè. Trong chỗ riêng tư của hai anh chị, điều này có thể xảy ra. Tôi cho rằng, chị Loan đã đóng góp rất nhiều cho sự nghiệp của anh Yến. Mà quan trọng nhất là việc nuôi dạy các con.

Từ lúc mới biết và sau đó làm việc với anh Yến, tôi thề có Trời, chẳng bao giờ tôi nghĩ rằng, anh Yến có thời giờ nuôi dạy con cái. Làm báo, sinh hoạt suốt ngày, lại còn bù khú với bạn bè. Giờ đâu dành cho gia đình nữa? Giời ạ!

Tôi hoàn toàn sai.

Các con anh Yến nên người. Các cháu thành công, không những chỉ trong lãnh vực khoa bảng, mà còn ở mặt nhân cách. Các con của anh Yến chị Loan, khi rời quê nhà thì còn quá bé. Vậy mà, khi lớn, mặc dù đã nhập vào dòng chính trên đất Mỹ, các cháu vẫn giữ được nếp nhà.

Cả anh Yến lẫn chị Loan, tôi chưa hề nghe anh chị khoe về các cháu. Có người thì cho rằng, anh Yến ngầm đưa các con vào những vị trí then chốt của tờ Người Việt. Tôi thì nghĩ khác. Các cháu giỏi, và nhất là còn trẻ, các cháu xứng đáng để kế tục con đường mà các bác các chú trong tờ báo đã có công khai phá. Chúng ta chẳng từng tỏ mong ước là phải có thế hệ kế thừa đó sao?

Anh Yến bây giờ không còn nữa.

Tôi tin là dù không nghe nói ra, anh hẳn phải hài lòng vì những nỗ lực và thành quả mà anh đạt được. Những thất bại của anh, tôi chưa có dịp nghe anh tâm sự. Còn về những bí ẩn của đời anh, thì đã theo anh xuống tuyền đài.

Cho nên, bài viết về anh thì dài, nhưng bảo rằng hiểu nhiều về anh thì không hẳn.

Tiến anh, ngày mưa đầu mùa

(California, tháng Mười, 2012)

Cuối cùng, anh Nguyễn Chí Thiện đã đi đến chặng chót của cuộc đời: tro cốt của anh được an vị lúc 11 giờ sáng Thứ Năm, 11 tháng 10, 2012, tại Nhà Thờ Chánh Tòa Giáo Phận Orange – từng có tên là Nhà Thờ Kiếng – Quận Cam, California.

Từ rạng sáng, trời rả rích mưa!

Mưa, nhưng không nặng hạt như hôm nghe tin anh mất, khi em vừa lên xe Greyhound từ Philadelphia đi Washington DC. Hôm đó là sáng Thứ Ba, 2 Tháng 10. Lúc vừa dợm bước chân lên xe lúc 9 giờ 50 giờ Miền Đông, Nhà văn Trần Phong Vũ giọng hốt hoảng gọi từ California: "Nguyễn Chí Thiện đang hấp hối trong bệnh viện, anh bị kẹt xe quá, không biết có còn kịp không!"

Xe dừng ở trạm Delaware để lấy thêm khách, em gọi về California hỏi anh Vũ, anh nấc lên trong phone, anh Thiện mất rồi, lúc 7 giờ 17 phút sáng!

Mưa mỗi lúc một tầm tã, suốt dọc đường đi, em cố giấu nước mắt để tránh gây chú ý cho hành khách trên xe. Gọi báo tin cho những người yêu thương anh Thiện, Nhà văn Nhật Tiến òa khóc và tỏ ý ân hận đã không biết anh đau bệnh để vào nhà thương thăm anh.

Ngục sĩ Nguyễn Chí Thiện tại phòng làm việc của tác giả.
(Hình: Uyên Nguyên)

Không ngờ anh đi mau như thế. Cách đó mới có 5 ngày, trên đường đi phi trường, em đến thăm anh tại bệnh viện. Anh vốn dĩ đã khẳng khiu, nay lại đau bệnh nên nhìn anh gầy trơ xương. Anh ho từng cơn, có lúc phải dùng tay chặn cơn đau nơi ngực. Dù vậy, anh vẫn thăm hỏi em những chuyện đời thường. Em đùa, hỏi anh có thèm thuốc lá không, anh bảo: *"Làm thế nào được, ho bỏ mẹ đây này."*

Ngục sĩ Nguyễn Chí Thiện tại Họp Mặt Dân Chủ 2005
ở Nam California. *(Hình: tác giả)*

"Làm thế nào được," câu anh thường dùng khi đối thoại để tả tình huống chịu đựng, như những lần nhìn thấy anh xiêu vẹo, dáng đi như sắp ngã chúi về phía trước, em hỏi sức khỏe ra sao, anh bảo *"làm thế nào được, đủ thứ bệnh trong người."*

Ngồi sau lưng tài xế nhìn cây quạt nước gạt bắn những hạt mưa mỗi lúc một nặng, em nhớ anh quá đỗi.

Nhớ những ngày vừa ra khỏi tù năm 1984, đêm đêm áp sát tai vào chiếc radio tại một chòi nuôi heo ở Tân Quy Đông, nghe giọng xướng ngôn viên đài BBC đọc một bài thơ của tác giả "Khuyết Danh":

Trong bóng đêm đè nghẹt
Phục sẵn một mặt trời
Trong đau khổ không lời
Phục sẵn toàn sấm sét
Trong lũ người đói rét
Phục sẵn một đoàn quân
Khi vận nước xoay vần
Tất cả thành nguyên tử

Nhớ những ngày đầu tiên nhìn tuyết rơi khi mới từ đảo tị nạn Galang – Indonesia sang Mỹ định cư ở Virginia, cùng nhóm anh em báo Xác Định đọc từng bài thơ trong tập "Tiếng Vọng Từ Đáy Vực."

Nhớ những tháng làm việc trong trại tị nạn Hồng Kông năm 1988, đem từ Mỹ cả trăm tập thơ và băng nhạc Phạm Duy phổ thơ để đồng bào trong trại đa số là dân ra đi từ miền Bắc biết về một nhân cách bất khuất Nguyễn Chí Thiện. Nhớ Giang, một kỹ sư từ Canada sang Hồng Kông làm thiện nguyện trong trại tị nạn, ước mong, *"nếu có ngày về lại miền Bắc, em sẽ tìm thăm bác Nguyễn Chí Thiện; nếu bác không còn nữa, em nguyện sẽ xây mộ phần cho bác."*

Nhớ lúc làm đài phát thanh VNCR năm 19'
anh khi anh vừa đặt chân đến Mỹ, cảm được tấm lòng củ...
anh với đất nước và con người Việt Nam; kính phục tính vị
tha của anh qua bài thơ tâm huyết "Sẽ có một ngày":

Sẽ có một ngày
Con người hôm nay
Vất súng, vất cùm, vất cờ, vất Đảng
Trả lại khăn tang
Xoay ngang vòng nạng oan khiên
Về với miếu đường mồ mả gia tiên
Mấy chục năm trời bức bách lãng quên
Bao nhiêu thù hận tan vào hương khói
Sống sót trở về phúc phận an thân
Kẻ bùi ngùi hối hận
Kẻ kính cẩn dâng lên
Này vòng hoa tái ngộ
Đặt lên mộ cha ông
Khai sáng kỷ nguyên Tã Trắng thắng Cờ Hồng.

Hỏi anh sau 27 năm bị bạo quyền dìm xuống tận đáy địa
ngục trần gian, bằng cách nào lòng anh khoan hòa được như
vậy, anh bảo *"làm sao được, con rắn Cộng Sản thì phải đánh
giập đầu, còn dân tộc chả nhẽ hận thù nhau mãi sao?"* Hỏi
anh về ý thơ "Tã Trắng thắng Cờ Hồng," anh nói, Việt Nam
hồi sinh sẽ là một hài nhi trong trắng để tiến tới tương lai,

với *"tiếng mục đồng êm ả, tình quê bao la, thay tiếng Quốc Tế Ca bằng tiếng diều cao vút trong chiều tà, trên ruộng đồng quê ta."*

Nhớ cách hút thuốc của anh, chỉ hút nửa điếu, nửa còn lại dập tắt lửa rồi cất vào túi áo. Đứng cạnh anh, mùi điếu thuốc hút dở xộc lên nghẹt thở. Hỏi anh sang đây thiếu gì thuốc lá mà cứ làm vậy, anh bảo *làm thế nào được, quen rồi, từ dạo đi tù."*

(từ trái) Nhà văn Bùi Ngọc Tấn, Đinh Quang Anh Thái, Ngục sĩ Nguyễn Chí Thiện tại một quán ăn ở Quận Cam, California nhân dịp tác giả "Truyện Kể Năm 2000" sang thăm Mỹ năm 2011. *(Hình: tư liệu của tác giả)*

Nhớ những lần anh cho đi ăn, anh bảo, *"chú còn gia đình,*

đừng tiêu pha nhiều, chứ anh một thân một mình chả có ai để phải lo lắng, anh trả tiền cho chú." Nhiều năm Tết, anh còn dúi vào tay em hai trăm bạc để mừng tuổi hai con em. Và cũng nhiều lần anh đưa tiền cho em gửi về cho những người đấu tranh dân chủ ở quê nhà.

Nụ cười hiếm hoi trên môi Nguyễn Chí Thiện.
(Hình: Uyên Nguyên)

Nhớ Tết năm nào ngồi với anh, Nhà văn Vũ Thư Hiên từ Pháp sang và Nhà văn Nguyễn Đình Toàn ở California, anh đọc cho nghe bài thơ viết năm 1966 lúc ở Hà Nội, lột tả được kiếp người cô quạnh của anh:

Tôi, một kẻ không gia đình bè bạn

Sống một mình, bệnh hoạn xanh xao
Chai nước con, chiếc điếu hút thuốc lào
Chiếc giường vải, chiếc bàn bằng gỗ cũ
Đồ đạc tôi thế là tạm đủ
Cuộc sống nghèo nàn, không ước, không mơ
Ngoài thời gian dạy học vài giờ
Tôi tìm kiếm niềm khuây trong sách vở
Ít ra khỏi căn buồng con tôi ở
Chủ Nhật, ngày thường tôi thấy như nhau
Những khi buồn tôi đem điếu ra lau
Hoặc khe khẽ ngâm vài câu thơ cổ
Mỗi tháng một lần tôi mang phiếu sổ
Tiêu chuẩn thịt, đường một lạng mua ăn
Trong lòng tôi chỉ một nỗi băn khoăn
Sợ bị bắt, bị nghi là bất mãn!

Khốn nạn, cái chế độ kìm kẹp con người! Đốn mạt, cái guồng máy khiến anh phải sống như thế!

Sống ở Mỹ, căn phòng anh ở có tươm tất đôi chút, nhưng cũng chỉ vỏn vẹn cái giường nằm, cái kệ sách, chiếc tivi cũ, vài xoong nồi chén bát ăn cơm, chiếc điếu cầy được thay bằng những bao thuốc lá. Thế thôi! Vậy mà vẫn có đứa khốn nạn, đốn mạt dựng điều bôi nhọ, vấy bẩn vào nhân cách anh. Hỏi anh sao cứ để yên, anh bảo, *"làm thế nào được, đi rừng gặp thú dữ, chẳng lẽ mở mồm xin chúng buông tha."*

Di ảnh và tro cốt của Ngục sĩ Nguyễn Chí Thiện. *(Hình: tác giả)*

"Làm thế nào được," anh Thiện ơi, để nguôi bớt nỗi đau khi anh ra đi! "Làm thế nào được," để bớt nhớ dáng cao gầy của anh mỗi khi anh vào tòa soạn thăm em! "Làm thế nào được" để ghi lại vài lần thẳng hoặc thấy anh cười.

Và "Làm thế nào được," để thôi bị ám ảnh khi nhớ ánh mắt anh đuổi theo, khi em chia tay anh lần cuối cùng ở bệnh viện!

Đoàn Kế Tường
giữa chông chênh 'Thiện – Ác'

(Tháng Chín 2014)

Đoàn Kế Tường là một trong số tù nhân chính trị bị bắt sớm nhất, sau khi Cộng Sản chiếm miền Nam năm 1975.

Anh bị bắt năm 1976, vì tham gia tổ chức phục quốc. Và một tội nữa: Làm báo trước 75, từng viết nhiều bài phóng sự chiến trường ca ngợi quân đội Việt Nam Cộng Hòa.

Đoàn Kế Tường tên thật là Đoàn Văn Tùng, sinh năm 1949 tại làng Đông Dương, xã Hải Dương, huyện Hải Lăng, Quảng Trị.

Theo lời Tường, năm 13 tuổi, do bố từng là lính cho Pháp nên Tường được vào học Trường Thiếu Sinh Quân-Vũng Tàu, sau đó vào Trường Bộ Binh Thủ Đức, ra trường chọn Lực Lượng Đặc Biệt, đóng ở Cao Nguyên, rồi đào ngũ về quê

Quảng Trị, sau làm lính địa phương quân và do cơ duyên tình cờ, trở thành phóng viên địa phương của báo Sóng Thần. Tường gia nhập làng báo từ 1971 với các bút danh: Đoàn Kế Tường, Đoàn Thạch Hãn, Đoàn Thiên Lý, Đoàn Nguyễn, Cỏ Hoang...

Một số tác phẩm của Tường: Mùa Hoa Phượng (thơ, 1971), Ngày Dài Trên Quê Hương (Ký, 1972), Lòng Ta Lá Rụng Ven Đường (thơ, 1974), Ảo Vọng (truyện ký, 1989)...

Đoàn Kế Tường, lúc ra khỏi tù, làm cho báo Công An.
(Hình: Huy Đức cung cấp)

Chúng tôi gặp nhau tại phòng 10 khu BC trại giam T30 Chí

Hòa, khi tôi chuyển từ trại giam T20 Phan Đăng Lưu sang đây đầu năm 79.

Đoàn Kế Tường hơn tôi 5 tuổi, bằng tuổi anh cả tôi. Dù vậy, không câu nệ, anh bảo *"gọi nhau mày tao cho thân, anh anh tui tui nghe mệt thấy mẹ."* Tôi vẫn giữ lễ, nhưng ngày càng thân, nên sau tôi chỉ gọi anh là Tường. Và anh gọi tên tôi, xưng "tui".

*

Tường tham gia phục quốc năm 1976 và thể hiện ước vọng của mình trong bài thơ rất dài, "Bên Bờ Khe Đông Dương":

Bên bờ khe Đông Dương bảy mươi mùa Xuân đã đi qua đời mẹ
hắt hiu phận người nắng xế trên lưng
ba mươi năm trời con đi sông núi ngập ngừng
niềm đau trong trái tim vẫn là lời mẹ ru uất hờn tủi nhục
mẹ ước mong con lớn lên làm người tự do
nên con đứng lên hát vang lời phẫn nộ...
... con mang trái tim dân Hời đi trong thành phố quê hương sau ngày giải phóng
biểu ngữ đỏ đường ngợi ca chủ nghĩa max-lê quân thù sạch bóng
mà những ngôi trường ngày hôm qua nay đã biến thành chốn lao tù

không có súng con lấy thơ bắn vào chế độ
cười trên gông cùm và khinh mạn xích xiềng...

Đêm trước khi bị bắt, Tường rủ "người bạn thân" ra bến Bạch Đằng uống rượu. Tường bảo "người bạn thân", *"mai tao vào bưng, có mệnh hệ chi thì mi lo cho vợ con tao"*. Hai người cùng khóc và "người bạn thân" thề sẽ làm điều Tường căn dặn.

Nửa khuya đêm đó, "người bạn thân" chỉ huy công an đến còng tay Tường ngay tại nhà. "Người bạn thân" là Đỗ Hữu Cảnh, tức thiếu tá Ba Sơn của Sở Công An Thành Phố, trước 1975 làm luật sư ở Sài Gòn. Cảnh đã bắt rất nhiều văn nghệ sĩ, ký giả, đảng phái. Và chính Cảnh đến bắt kẻ viết bài này lúc rạng sáng 18 Tháng Ba, 1978.

*

Tường to béo hơn người, nên rất "xấu tiếng đói". Trong tù ai cũng đói. Riêng Tường, đói cả ngày, *"đói cả trong giấc ngủ"*, Tường thú nhận. Và theo anh kể, cái đói nó hành hạ từ lúc tuổi còn thơ khi anh lớn lên ở làng Đông Dương, huyện Hải Lăng, tỉnh Quảng Trị: *"Cơn đói Giêng-Hai thiếu cả củ nắng."*

Tường giải thích, củ nắng mọc ở các truông cát Quảng Trị. Củ nắng to hơn loại khoai khác, rất độc, nên muốn ăn phải ngâm nước đái cho thải hết chất độc, luộc kỹ mới ăn được.

Những truông cát này đã đi vào ca dao Việt Nam: "Yêu em anh cũng muốn vô / Sợ truông nhà Hồ, sợ Phá Tam Giang".

Thảm thật! Tháng Giêng, Tháng Hai, quê Tường đã đói như thế. Vào tù, cái đói vẫn không bỏ Tường. Tường viết trong thơ, *"chưa hết Tháng Giêng đã mong đến Tết, chiều Ba Mươi được ăn chén cơm đầy."*

Tường thuộc làu cả kinh Phật lẫn kinh Công Giáo. Hỏi, Tường bảo, thuộc kinh Phật từ lúc 5, 6 tuổi, do nhà không đủ cái ăn, cho nên cứ hễ trong làng có người chết, mạ của Tường dắt con đến đám ma cúng vái, để được gia đình người chết cho miếng xôi, cái bánh. Nghe các sư tụng niệm, dần dà, *"kinh nhập vào người lúc nào không biết."* Còn kinh Công Giáo, Tường học để lấy vợ.

Nhớ cái đói của Tường.

Một buổi sáng, trại giam vừa đánh kẻng báo thức, Tường chồm dậy nhìn sang, nói, *"hôm ni trại cho ăn mắm ruốc Thái ơi"*. Quả thật tôi ngửi thấy mùi khăm khẳm, tanh tanh. Tường cuống quít chuẩn bị chén để nhận mắm ruốc. Tức là vài thìa nước muối pha chút mắm ruốc.

Kẻng trưa báo cơm, tù thường phạm đã có án đem lên mỗi phòng giam một thùng rau muống luộc lều bều những sợi dài ngoằng mà tù đặt tên là "canh kẽm gai". Nhìn thùng canh, Tường làu bàu chửi, *"đù mạ hắn, sáng nay tao rõ ràng ngửi thấy mùi tanh; đủ mạ thằng nào đi ỉa sớm."*

Chả là hai đứa tôi bị công an trại sắp chỗ nằm sát cầu tiêu, cả ngày chịu đựng mùi phân, mùi nước tiểu. Nhiều đêm hai đứa thức trắng vì có bạn tù bị tiêu chảy ôm quần chạy thục mạng cả chục lần vào ngồi cầu. Mùi tanh khắm lặm. May mà trong bụng teo tóp không có chút gì, chứ không đã ọc hết ra rồi.

Sáng đó, Tường và tôi lầm mùi phân với mùi mắm ruốc.

Thương Tường. Thương mình.

Khốn nạn cái đời tù! Khốn nạn cái chế độ không có bộ mặt người đày đọa con người!

*

Tường lãng mạn lắm. Một buổi sáng bưng ca nước uống, Tường trầm ngâm một lúc rồi bảo, nhà tui ở làng báo chí Thủ Đức, thường đi ngang một con lạch, vợ con tui sáng nay chắc đi qua đó, bóng in xuống dòng nước rồi chảy vào trại giam, *"rứa là nước tui uống có hình bóng vợ con."*

Tưởng tượng đến thế thì tôi thua.

Sống chung lâu ngày, tôi biết Tường thường bị giằng co giữa thiện và ác.

Trại giam cho gia đình nuôi tù mỗi tháng một lần. Hai chúng tôi giỏ quà gia đình gửi tháng nào cũng là ít muối mè, mắm ruốc, nửa cân đường, nải chuối, bịch thuốc rê, bịch thuốc lào, và chút thịt chà bông cùng một dúm thịt kho. Đó đã là phần chắt chiu lớn lao cả nhà dành để nuôi chồng, nuôi con trong tù.

Lúc có thăm nuôi, Tường hào sảng lắm, đem phát cho những "con mồ côi" trong phòng. Tường bảo, *"kệ mạ hắn, ăn cho đã rồi mai nhịn."* Đó là tính THIỆN của Tường.

Nhưng khi giỏ thăm nuôi trống không, Tường không nhịn được mồm. Lúc đó, tính ÁC lộ ra. Tường không ngần ngại "xoay sở" bằng nhiều cách để có tý muối, tý đường, tý thuốc lào. Tường còn táo tợn đến độ "kết bè" với vài bạn tù "bặm trợn" dọa nạt một số tù gốc Hoa có nhiều quà thăm nuôi hòng có thêm cái ăn chờ đợt nuôi kế tiếp.

Tôi không khá hơn. Nhiều đêm đói vật vã, chỉ ôm giấc mơ một miếng đường. Tôi nhiều lần chống chỏi để cưỡng lại ý định lấy trộm táng đường của người bạn tù nằm kế. Không làm chỉ vì sợ bị bắt gặp, bị trại giam kỷ luật, xấu hổ. Thế thôi, chứ chẳng tốt lành gì.

*

Ra tù năm 84, tôi đi thoát, Tường vẫn đếm ngày tháng sau chấn song ở trại Chí Hòa. Và rồi Tường cũng được thả. Mừng bạn thoát tù, tôi gửi về chút quà nghèo cho Tường. Sau đó nhận được thư Tường báo cho biết có đến nhà thăm gia đình tôi và hỏi han về tôi. Nhưng cuối thơ, tôi không hiểu tại sao Tường nhắn *"Thái dành lo cho cha mẹ anh em, không nên sẻ cho tui."* Tôi đoán, chắc gia đình tôi dè chừng điều gì đó khiến Tường ngại.

Rồi nghe tin Tường làm cho báo Công An, ký tên Đoàn Thạch Hãn. Dùng lại bút hiệu này, chắc Tường nhớ địa danh Thạch Hãn "chó ăn đá, gà ăn muối" nơi quê nhà Quảng Trị; và cũng nhớ đứa con trai tên Đoàn Thạch Hãn.

Bạn bè còn lại quê nhà nhắn tin, Tường *"bệ rạc quá, viết nhiều bài bôi nhọ anh em phục quốc."*

Tác giả ca khúc nổi tiếng "Trả Nợ Tình Xa", nhạc sĩ Tuấn Khanh, viết trong bài "Nhớ và Quên": *"Trong giai đoạn chỉ có một tờ báo với một giọng điệu nói mà không có nơi phản hồi, anh là một cây viết sáng giá, lấp lánh như một bảo đao. Văn của anh lạnh và khinh miệt khi nói về những người cùng thời với mình. Tôi đã suy nghĩ rất nhiều, bỏ nhiều thời gian để đi tìm hiểu về sự sắc bén của anh Hãn, để cuối cùng tâm nguyện rằng, dù phải chết, tôi cũng không chọn nghề viết, như cách của anh."*

Xa quê nhà nửa vòng trái đất, tôi không thể phán xét gì về bạn mình. Chỉ thầm nghĩ, cái ÁC trong con người Tường lại lấn cái THIỆN rồi.

*

Tường chết bệnh ngày 3 Tháng Chín, 2014 trong bệnh viện ở Sài Gòn. Nhà báo Huy Đức báo ngay tin này cho tôi, và nói sẽ đến viếng Tường lần chót trước khi thi thể được đưa về với đất ở Hải Lăng. Huy Đức cho biết, ngoài vài người cháu và bạn bè văn nghệ, không có ruột thịt nào bên Tường lúc Tường ra đi.

Nhớ bạn, tôi nhớ lúc còn tù, có lần Tường nhận giỏ thăm nuôi với tên gửi là người chị ruột. Trong giỏ, cùng với thức ăn, có cái khăn tắm lớn màu vàng còn thơm "mùi Mỹ" và cục xà phòng Dial. Tường cắt cái khăn chia cho tôi một nửa, nói như muốn khóc, *"vợ con tui đi rồi."*

Khuya hôm đó, Tường đánh thức tôi dậy và đọc cho nghe bài thơ "Ngày Về":

Người về đêm nay không trăng sao
Thềm hoang lạnh giá từ hôm nào
Hắt hiu ngọn gió mùa Thu trước
Chở giá băng về trên môi nhau
Người về đêm nay mưa rất êm
Người như mưa vỡ dưới chân thềm
Đau thương đã có từ muôn kiếp
Người chớ mang về đau đớn thêm
Người về đêm nay heo may sang
Sương khuya ủ kín cả tâm hồn
Hai tay níu kéo thời gian lại

Như nước về xuôi một bến không
Người về đêm nay ta không mong
Tim ta như đá dựng trong hồn
Người qua khe cửa xanh xao quá
Đá khóc âm thầm người biết không
Thôi! Người lỡ về xin người chớ đi
Trăm năm sẽ cạn có còn chi
Chắc khi tóc bạc tình thôi bạc
Ta muốn nghe lời yêu nói đi.

Tường mơ thế thôi. Chứ ngày về nếu có, chắc không còn ai, dù là *"Người về đêm nay ta không mong."*

*

Tường chết rồi. Đã trả xong một kiếp người mà không thỏa mong ước như thơ Tường viết:

Đêm đã tàn theo khói thuốc bay
Tóc chớm bạc râu đâm dài nỗi nhớ
Tôi lớn lên chưa một lần an tâm nằm ngủ
Bỏ quên hận thù quên thống khổ trên vai
Chưa một lần ngồi mơ ước tương lai
Cho một lần về khác hơn lần chết.

Thương bạn!

Đọc bài viết của nhà báo Huỳnh Ngọc Chênh, tôi mới biết Tường có lần tự phán *"mình rất tiếc đã tự bôi đen đời mình quá nhiều."*

Giá Tường được sống trong môi trường khác, tôi tin cái THIỆN trong anh sẽ lấn cái ÁC.

Tường đã làm nhiều điều không phải, nhưng trước cái chết đơn côi của Tường, nhạc sĩ Tuấn Khanh đã *"bày tỏ sự hòa ái cho một người đã ra đi."*

Tuấn Khanh viết: *"Đời người vinh quang hạy tủi nhục có lúc rồi cũng đến điểm cuối cùng là phù du, vô nghĩa. Trên đất nước này, cũng có hàng triệu người như nhà báo Đoàn Thạch Hãn nằm xuống và gậy tranh cãi – bởi đất nước của chúng ta là một phác đồ của nghịch cảnh, phác đồ của mỗi cá nhân bị buộc phải chịu trách nhiệm thạy cho các nền chính trị đã điều khiển dân tộc này, chưa thấy đủ yêu thương đã ngập hận thù. Tất cả chúng ta đã hoặc đang là nạn nhân của chính trị. Nhưng chắc chắn chúng ta cũng có một phần trách nhiệm, không thể chối cãi trong những bước đi của đời mình."*

Biết Tường của nhiều khoảng xám trong tâm hồn, nhưng tôi vẫn không chối được tình thương cảm dành cho bạn mình.

Nguyễn Ngọc Bích:
Tâm Việt

(California, Hai Tháng Ba, 2013)

Dạo những năm sau này, tôi bị ám ảnh và sợ tiếng chuông điện thoại reo lên giữa khuya. Vì lần nào cũng đều là tin chẳng lành.

Mười một giờ 20 phút khuya Thứ Tư, Hai Tháng Ba, 2013, chuông điện thoại reo. Phạm Phú Thiện Giao gọi, tin buồn lắm, *"Trịnh Hội từ Manila báo Giáo Sư Nguyễn Ngọc Bích đột ngột từ trần trên chuyến bay từ Hoa Thịnh Đốn sang Philippines dự Họp Mặt Dân Chủ; và trên máy bay có cả bà Nguyễn Ngọc Bích là Tiến Sĩ Đào Thị Hợi và Giáo Sư Đoàn Viết Hoạt."*

Tôi cảm nhận rất rõ, da mặt tôi lăn tăn tê dại.

Gọi cho chú Nguyễn Ngọc Linh ở Virginia, chú Linh, bào huynh của Giáo Sư Bích, giọng khàn đặc: *"Cô Hợi dùng điện thoại trên máy bay báo tin cách đây khoảng hơn hai tiếng và cho biết chú Bích vào phòng vệ sinh, khi về lại chỗ ngồi thì lên cơn nhồi máu cơ tim, đột tử."*

Hơn hai giờ sáng giờ miền Đông Hoa Kỳ, tôi đánh thức Giáo Sư Nguyễn Mạnh Hùng, cô Trương Anh Thụy, và cả anh Nguyễn Xuân Nghĩa, chú Nguyễn Thái Sơn ở Quận Cam, California.

Giáo sư Nguyễn Ngọc Bích thuyết trình về Trống Đồng Việt Nam tại Viện Việt Học, California. *(Hình: Uyên Nguyên)*

Giáo Sư Nguyễn Mạnh Hùng, giọng cố bình thản: *"Lại thêm một người bạn ra đi, nhưng thôi Bích đi như thế cũng thanh thản."* Cô Trương Anh Thụy gắn bó mọi sinh hoạt với chú Bích từ thời cả hai du học Mỹ thập niên 50 thì lặng đi, giọng đứt quãng: *"Sửng sốt! Đau buồn!"* Chú Nguyễn Thái Sơn nói: *"Bích lành và thủy chung với tất cả mọi người. Tấm lòng như thế mà sao lại đột tử!"* Anh Nguyễn Xuân Nghĩa nói như hét trong điện thoại: *"Cái gì!"*

Giáo sư Nguyễn Ngọc Bích tại nhà Nhà văn Trương Anh Thụy Virginia. *(Hình: Trương Anh Thụy)*

Nhớ, cách đây đúng ba tuần, chú Bích còn cười còn nói khi đại diện Tổ Hợp Xuất Bản Miền Đông Hoa Kỳ giới thiệu bộ sách Nhìn Lại Sử Việt của Sử Gia Lê Mạnh Hùng, từ London sang, tại phòng sinh hoạt nhật báo Người Việt.

Nhớ, năm 1973, lần đầu gặp chú Bích vừa từ Mỹ về Sài Gòn đảm nhận chức vụ Tổng Cục Trưởng Cục Quốc Ngoại thuộc Bộ Dân Vận Chiêu Hồi, Việt Nam Cộng Hòa. Hình ảnh thanh niên rõ nét nhất của chú là những bữa cơm trưa tại nhà cô chú lúc cô làm Viện Trưởng và chú làm Tổng Thư Ký Đại Học Cửu Long. Chú vui, kể cho đám hậu sinh chúng tôi nghe những ngày sống và học ở ngoại quốc, những lần đối đầu nẩy lửa với các nhóm phản chiến bài xích chính nghĩa bảo vệ vùng đất tự do của quân dân miền Nam.

Nhớ, lúc chiến tranh gây tang tóc cho người dân Phước Long, đám sinh viên chúng tôi đến gặp chú xin yểm trợ, chú khóc nức nở khi nghe kể hoàn cảnh nghiệt ngã của đồng bào chạy loạn.

Nhớ, đêm văn nghệ Hát Cho Tương Lai Thống Nhất ngày 20 Tháng Bảy, 1974, tại rạp Thống Nhất-Sài Gòn, khi các đoàn thanh niên và sinh viên đồng ca "Việt Nam, Việt Nam" của nhạc sĩ Phạm Duy, có đoạn anh em không thuộc lời, chú lao vụt lên sân khấu, giọng vang vang say sưa hát.

Nhớ, thời chú làm Giám Đốc Ban Việt Ngữ Đài Á Châu Tự Do, mỗi khi chú chấp bút viết một bản văn bằng Anh ngữ, Phó tổng giám đốc đài là nhà báo Dan Southerland phải thốt lên, không thể sửa, dù một dấu phẩy bài chú viết. Không chỉ

Anh ngữ, chú còn thông thạo tiếng Pháp, làm thơ Hài Cú tiếng Nhật, đọc tiếng Hoa, hiểu tiếng Đức và tiếng Spanish đủ để đi mua sắm.

Nhớ, tính chú hiền, chẳng hề một lần to tiếng, trách móc ai. Chỉ vài lần thấy chú khó chịu, nét thể hiện duy nhất là mắt chú không cười, nghiêm nghị nhìn người đối diện.

Giáo sư Nguyễn Ngọc Bích qua ống kiếng của Nhà văn Trương Anh Thụy.

Nhớ, tâm chú tốt đến độ không nỡ từ chối ai việc gì, dù lớn dù nhỏ. Và cũng vì tất bật hết việc này đến việc khác, nên nhiều lúc chú bị trách yêu là "luộm thuộm."

Nhớ, thì chú còn biết bao điều để nhớ tới. Và biết bao người nhớ chú.

Như Giáo Sư Nguyễn Mạnh Hùng nhớ: *"Cú điện thoại hai giờ sáng của Đinh Quang Anh Thái đánh thức tôi, báo tin Nguyễn Ngọc Bích, một người bạn thân, đã chết trong máy bay trên đường đi Phi Luật Tân dự một hội nghị về Biển Đông. Mấy tuần trước, tại phòng hội báo Người Việt tôi còn thấy Nguyễn Ngọc Bích nói sang sảng trong buổi ra mắt sách 'Nhìn Lại Sử Việt' của Lê Mạnh Hùng. Buổi sáng, lái xe trên đường Little River Turnpike đi về hướng Washingon, DC, qua lối rẽ vào Pinecrest Vista, tôi sực nhớ đến một người bạn thân khác, Như Phong Lê Văn Tiến, 'nhà báo của các nhà báo.' Anh mất đã 15 năm mà mỗi khi nghĩ đến tưởng chừng như mới mất hôm nào. Tháng trước, Đinh Cường, một tên tuổi của Hội Họa Sĩ Trẻ một thời bùng nổ sáng tạo, cũng ra đi. Bạn bè chết dồn dập quá! Tôi có cảm tưởng như một người lính trận thấy đồng ngũ trúng đạn, gục chết chung quanh, từng người từng người. Những người chết là các bạn tôi biết trong thập niên 1960 ở Mỹ hoặc ở Việt Nam. Thời ấy, tôi về Việt Nam với nhiều hy vọng và ước mơ. Chúng tôi chia sẻ với nhau niềm lạc quan và sự tự tin của tuổi trẻ. Bây giờ, những người thuở ấy lần lượt ra đi. Đối với thế hệ chúng tôi, còn sống hay đã chết, cuộc chiến cũng đã tàn. Thời gian bắn từng viên đạn chính xác vào mỗi người. Người còn lại thương tiếc người ra đi cho đến khi người cuối cùng gục xuống."*

Như nhà báo Phan Tấn Hải nhớ: *"Tôi tin rằng cái chết của Giáo Sư Bích chỉ vì vỡ tim mà chết: đó là cái chết của một người yêu nước mình tha thiết, chết trên bầu trời Biển Đông, chết trên chuyến bay từ Mỹ sang Manila để bênh vực cho quê nhà. Và cảm xúc tràn ngập, Giáo Sư Bích vỡ tim mà chết. Chưa từng có ai như thế."*

Riêng cháu, cháu mãi mãi nhớ chú: một TÂM HỒN VIỆT.

Ngục sĩ Nguyễn Chí Thiện trong mắt Giáo sư
Nguyễn Ngọc Bích *(Hình tư liệu của tác giả)*

Bùi Bảo Trúc:
Tâm, Tài và Tật

(Tháng 12, 2016)

Ba tuần trước ngày nhắm mắt, anh Trúc gọi điện thoại nói, *"cậu Thái ghé qua Little Saigon Radio lấy $300 tiền mặt và chuyển về Việt Nam biếu các con bà Cấn Thị Thêu giùm tôi."*

Sau khi nhận được thư hồi báo của gia đình bà Thêu, tôi chuyển bằng email tgbt@yahoo.com của anh nhưng không thấy trả lời. Gọi ba lần cũng chỉ nghe lời nhắn trên máy.

Đó là lần cuối cùng tôi nghe giọng anh; vẫn ấm, tuy có hơi yếu. Và đó cũng là lần chót tôi nhận tiền của anh gửi giúp những người lâm hoàn cảnh nghiệt ngã tại Việt Nam.

Ngày Việt Khang thoát khỏi nhà tù nhỏ, anh nói trên làn sóng Little Saigon Radio về người nhạc sĩ can trường này và nhắn ai muốn góp tay giúp Việt Khang thì cứ ghé tòa soạn báo Người Việt giao cho tôi, *"bảo đảm quà sẽ tới tận tay người nhận."* Nhiều người tin anh, mến anh, đã đến và tôi đã làm tròn ước muốn của anh.

Ký mục gia Bùi Bảo Trúc *(qua ống kính Huỳnh Ngọc Dân)*

Một lần, một sáng sớm 2008, vừa dứt chương trình Chào Bình Minh của Little Saigon Radio, ra ngoài sân hút thuốc thì cô thư ký của đài bước ra nói, nhiều thính giả gọi vào kiếm tôi nhờ gửi tiền cho một phụ nữ chết đuối ở Quảng Bình.

Phóng bản lá thư chuyển tiền về giúp gia đình người phụ nữ chết đuối ở Quảng Bình. *(Hình tư liệu của tác giả)*

Chẳng biết ất giáp gì, nhưng ngay sau đó thì hiểu ngay. Chả là anh Trúc nói trên đài qua cuốn băng thâu trước về hoàn cảnh một người đàn bà lao ra sông chống chọi với giòng nước lũ cuồn cuộn để cứu hai nữ sinh chới với sắp chìm. Hai nữ sinh sống sót, người thiệt mạng chính là tấm lòng quên mình giúp người này. Báo chí trong nước chụp tấm ảnh người chồng cùng bảy đứa con nheo nhóc, có đứa con phải bế trên tay, ngồi bên sông đón con đò đưa xác mẹ vào bờ. Anh Trúc nói anh nhờ tôi chuyển $300 cho gia đình người xấu số và kêu gọi mọi người cùng tiếp tay. Trong vòng chưa đầy 3 ngày, số tiền do nhiều người gởi đến tổng cộng gần $15 ngàn. Tôi phải liên lạc với hai người bạn Hội Quảng Bình tại California và nhân chuyến họ về thăm quê nhà nhờ cầm theo số tiền lớn nói trên, trao tận tay người chồng và bảy đứa con. Tôi còn cẩn thận dặn nhớ quay phim để khi hai anh trở lại Mỹ, tôi chiếu tại phòng sinh hoạt của đài để những người có tâm giúp đỡ biết tôi đã hoàn tất nhiệm vụ được ủy thác.

Anh Trúc là vậy đó. Anh có cái TÂM không ngần ngại dang tay giúp những hoàn cảnh khốn khó. Và sở dĩ tiếng nói của anh được hưởng ứng là vì nhiều người yêu mến cái TÀI của anh.

Nói về tài thì anh nhiều tài lắm. Anh viết và nói lưu loát cả tiếng mẹ để lẫn Anh Ngữ. Có người nghe anh nói tiếng

Anh nhận xét rằng, giá nhắm mắt thì có thể nhầm là một người Anh chính cống đang phát biểu. Thời còn làm phát ngôn viên Chính Phủ Việt Nam Cộng Hòa, anh dùng ngoại ngữ đối đáp và tạo được sự nể trọng của giới ký giả nước ngoài.

Kiến thức của anh "cực" rộng trong nhiều lãnh vực. Anh còn biết rành rẽ cả những chi tiết về trang phục "trong" và "ngoài" của... nữ giới. Có lần tôi đùa với anh, đọc mục Thư Gửi Bạn Ta mà anh đăng hàng ngày trên báo Người Việt, khi viết về chính trị, anh rõ là một người "thông kim bác cổ"; còn khi viết về nữ giới, độc giả cứ ngỡ người viết phải là một phụ nữ; lúc quý phái, lúc đanh đá chua ngoa, lúc nhu mì thục nữ. Tôi còn nhớ, có lần nhà văn Mai Thảo nói rằng, thú vui của tác giả "Mười Đêm Ngà Ngọc" là mỗi buổi sáng, từ căn hộ sau lưng quán Song Long, lững thững cuốc bộ ra sạp báo trên đường Bolsa mua tờ Người Việt đọc ngấu nghiến bài mới của Bùi Bảo Trúc trong mục Thư Gửi Bạn Ta.

Nhiều tài thì lắm TẬT. Bùi Bảo Trúc bị không ít người ghét, vì anh không kiêng dè, không chấp nhận những giả trá hay thói rởm của người khác, nhất là khi liên quan đến ngôn ngữ. Không biết bao nhiêu lần, anh cay nghiệt nói như vỗ vào mặt người khác – ngay cả trên radio, trên mặt báo. Anh còn bị cả cánh đàn ông và các bà ghét vì anh...đào hoa quá. Thực tình chẳng ngoa, anh cũng gieo rắc buồn phiền cho nhiều phụ nữ và anh biết điều đó chứ chẳng phải không. "Chữ TÀI liền với chữ TAI một vần," cụ Tiên Điền Nguyễn Du mấy trăm năm trước đã nói thế rồi cơ mà.

Nhớ năm 1985, vào những ngày cuối tháng 12, anh đón tôi tại nhà anh Đặng Đình Khiết, một người bạn chung ở Virginia. Tôi vừa "chân ướt chân ráo" đến Mỹ, chưa cảm được những giây phút trầm uất của những người vẫn còn khát khao một ngày quay về cố hương như anh Trúc. Trên xe chở tôi về nhà mình, anh đưa cho tôi tấm ảnh chụp tại Trung Tâm Dân Vụ trên đường Tự Do, Sài Gòn, trước 1975. Trong hình, anh và tôi đứng cạnh nhau, anh cà vạt chỉnh tề, kính trắng trí thức, còn tôi thì mặt non choẹt áo quần học trò. Anh bảo, *"tôi giữ tấm ảnh này 10 năm qua làm kỷ niệm về cậu, vì có tin nói cậu bị chúng nó bắt và chết trong tù."*

Đêm tái ngộ anh Trúc, tôi cũng gặp lại một anh bạn vong niên mới chia tay nhau ở Sài Gòn 6 tháng trước khi tôi vượt biên: Nhà văn Nguyễn Xuân Hoàng, tác giả "Kẻ Tà Đạo." Căn nhà anh Trúc đêm đó ấm hẳn lên vì những chuyện xưa chuyện nay. Đột nhiên anh Trúc như chìm vào nỗi buồn riêng của mình. Anh giơ bàn tay trái có một vết sẹo khá dài đã mờ nhạt, bảo *"đang làm cho đài Tiếng Nói Hoa Kỳ V.O.A, công việc vững vàng, chưa một ngày biết cuộc sống khổ sở ra sao trong chế độ Cộng Sản, vậy mà có những lúc buồn đến độ cầm dao cứa vào tay mình vì không thiết tha sống nữa."* Nhưng sau những phút trầm uất như thế, nghĩ đến nhiều bằng hữu đang thoi thóp vật vã bên trong các chấn song sắt nhà tù, anh thấy mình hành xử như thế là không đúng. Nên vẫn sống. Dù vẫn buồn chán.

Hình con khỉ Bùi Bảo Trúc dùng cho loạt bài Thư Gửi Bạn Ta đăng trên báo Người Việt và thủ bút ghi chú của ông.

Những khoảnh khắc buồn chán đó thỉnh thoảng tôi vẫn chợt bắt gặp nơi anh trong hơn 30 năm kể từ cái đêm mùa Đông Virginia năm nào.

Nhiều người nhìn Bùi Bảo Trúc trang phục đỏm dáng, cách ăn cách nói cách cười lúc nào cũng thể hiện một người hạnh phúc, thành đạt, nên có thể không thấy ẩn dấu đâu đó trong giọng cười là những giọt nước mắt nuốt ngược vào lòng.

Một lần, chỉ có hai anh em, anh kể tôi nghe kỷ niệm một buổi chiều buồn ở Sài Gòn trước 1975. Anh bảo, *"cậu Thái nghĩ xem, tôi làm phát ngôn viên chính phủ, có vợ đẹp con ngoan, có nhà, có xe, có tài xế, có người giúp việc; vậy mà một hôm trên xe do tài xế chở về nhà, tôi nhìn thấy một người lính chạy chiếc Honda cũ kỹ, phía yên sau, người phụ nữ ngả đầu vào vai anh và hai cánh tay ôm ngang hông chàng. Chao ôi sao họ hạnh phúc dường ấy, và 'tôi thèm cái hạnh phúc đó đến nỗi tơi tóp hồn suốt cả đêm!'"*

Khoảng hai tháng cuối đời của anh, đến thăm anh tại một nursing home trên đường Garden Grove, thấy anh gầy yếu, giọng mệt hẳn. Anh tâm sự, vài tháng gần đây không ăn gì cả, luôn ngất ngưởng cơn say để chìm vào giấc ngủ. Lần trở lại thăm anh, đột nhiên sức sống của anh bừng dậy, anh bảo sẽ tiếp tục chương trình phát thanh trên Little Saigon Radio và còn căn dặn tôi khi đặt bút viết điều gì nếu không hiểu cặn kẽ thì phải tra cứu vì chữ nghĩa không phải trò chơi đùa.

Lời dặn thể hiện cá tính của anh khi ngồi vào bàn viết. Bài anh viết, từng câu, từng chữ, là sự chọn lựa, cân nhắc, ngay cả những từ ngữ dung tục, sổ sàng anh dùng để mắng những người anh cho là bất xứng. Nhất là đối với chế độ đang cai trị tại quê nhà Việt Nam, anh chửi không tiếc lời bằng những ngôn ngữ thậm tệ. Lúc nói cũng thế, chẳng phải tự dưng lời vọt ra khỏi miệng mà anh không cân nhắc trước. Có lần, anh kể tôi nghe, thời còn bé, anh gần như bị liệu lưỡi khi nói, nhưng anh cương quyết vượt qua trở ngại này bằng cách tập nói chậm từng câu một; và vì phải nói chậm nên anh có thì giờ chọn câu chữ. Thành ra, anh ít khi nào rút lại lời mắng ai. Hậu quả là gây thù và có lúc đã phải chuốc oán.

Bây giờ với anh, "Thị – phi, thành – bại, chuyển đầu không", khen – chê, thành – bại, quay đầu lại, tất cả không còn nữa. Anh đi rồi. Và chắc đang ngất ngưởng bù khú như bắp rang nơi nào đó với những người bạn thân thiết "đi trước": Võ Phiến, Mai Thảo, Thanh Tâm Tuyền, Nguyễn Ngọc Linh, Nguyễn Ngọc Bích, Phạm Dương Hiển, Đỗ Ngọc Yến, Lê Đình Điều, Lê Thiệp, Ngô Vương Toại, Nguyễn Minh Diễm, Giang Hữu Tuyên...

Tôi sẽ nhớ đến anh với cách gọi thân tình *"cậu Thái"* kể từ ngày đầu quen anh ở Sài Gòn năm 1972.

Đêm Giao Thừa
trên đất Tiệp

(California, 1992)

Trần Ngọc Tuấn gọi tôi là "Người khách mùa Đông."

Chả là, ba năm liền, cứ vào những ngày tháng lạnh lẽo nhất của Đông Âu, tôi lại khăn gói đến chơi với anh em sinh viên và công nhân Việt Nam tại các đất nước vừa thoát khỏi chế độ Cộng Sản. Chẳng cố ý gì cả. Tôi thích giang hồ vặt vào những ngày cuối năm, thế thôi.

Nhà văn Nguyễn Tuân có lần thốt lên, "ra đi, không nhất thiết phải có nơi để đến, mà ít nhất có nơi để rời bỏ."

Tôi rời Erlangen vào đúng buổi sáng 30 Tết Ta, năm 1992. Thời gian đó đang là mùa Đông nước Đức, tuyết phủ đầy trời. Hai đêm liền hầu như thức trắng với anh chị em tờ Cánh Én. Mắt tôi cay sè. Uống cạn ly đầy, rót đầy ly cạn với Đỗ Ngọc, Hồ Huy, Hoài Hương cùng nhiều anh em khác và những câu

chuyện tâm tình giữa những người trẻ từng thuộc hai miền
đất thù nghịch đã làm bật lên nhiều cảm thông lý thú.

Đỗ Ngọc, bút hiệu Đỗ Quyên, đặc sệt "Bắc 75," râu quai
nón, ăn nói bổ bã. Hồ Huy, trọ trì giọng Quảng Bình, làn da
tái xanh như mới chui từ rừng ra. Hoài Hương thì quê Nam
Bộ, từng là Thanh Niên Xung Phong, giọng nói có vị ngọt của
sông nước Cửu Long.

(bên trái) Đỗ Ngọc (nhà văn Đỗ Quyên) của Tờ Cánh Én
và tác giả tại Erlangen, Đức. *(Hình tư liệu của tác giả)*

Mà chả cứ là miền nào, mọi người tìm đến nhau cũng chỉ
vì có nhiều điểm chung: quá khứ nhọc nhằn, hiện tại bất trắc
và cùng mơ ước tương lai tốt đẹp cho bản thân và cho đất
nước đang cách xa nửa vòng trái đất.

Vì thế mới có Cánh Én, một trong những tờ báo của công nhân và sinh viên Việt Nam trên đất Đức vừa thống nhất. Để thông tin và tranh đấu cho Việt Nam dân chủ tự do.

Trong lúc chờ tàu ở sân ga Erlangen, Hoài Hương hỏi, *"sao anh không ở lại đón Giao Thừa với Cánh Én?"* Tôi bảo, *"đã hẹn với các bạn Điểm Tin Báo Chí và Diễn Đàn rồi, không thể hủy được."*

Rồi tôi lên tàu, mang theo hình ảnh của anh em Cánh Én với cái túi ni lông của Hoài Hương cho, bên trong có ổ bánh mì và chai nước ngọt.

Trở lại Plzen

Con tàu từ Đức vào Plzen trên đất Tiệp hôm nay vắng khách. Chỉ một mình tôi với tôi trong cả một toa. Sướng điên người. Nhớ hai lần trước, cũng tuyến đường này, người như nêm, khói thuốc mù mịt, đã thế còn "bia bọt" ầm ĩ nữa chứ. Đức lẫn Tiệp nổi tiếng bia ngon mà.

Ngoài trời, tuyết trắng xóa. Tôi chợt nhớ đến những cuốn phim về Thế Chiến Thứ Hai, với các toa tàu đầy lính Đức Quốc Xã chuyển quân và súng đạn đi vào các quốc gia Đông Âu. Hình ảnh ấy đối với tôi trước đây chỉ xem trong phim ảnh, nhưng hôm nay, chính tôi đang ngồi trên tuyến tàu đó, cũng đi về hướng Đông Âu.

Năm ngày qua, quây quần với Cánh Én, nghe câu chuyện

của từng người, mới thấy sao Việt Nam mình nhiều chuyện buồn đến thế.

Đỗ Ngọc, Hồ Huy, Hoài Hương, tất tật đều có những ngày tháng nhọc nhằn, đói khát, buồn tủi trước khi rời quê sang xứ người. Nơi đất Đức, người thì du học, người thì lao động kiếm cơm. Và ai cũng chịu nhiều hắt hủi bất công. Khu cư xá người Việt là nơi để mọi người trở về tìm đến nhau. Có lần tôi hỏi Đỗ Ngọc mơ gì, Ngọc nói, chỉ mong sao có ngày về lại đất nước mình mà không còn bị đói khổ, trù dập, nhất là được làm báo, được viết lách thả giàn. Nghe Ngọc và tôi nói, Hồ Huy ngồi bên thốt lên, được đến như thế thì hẳn là đất nước đã tự do rồi!

Ông "Góc Độ"

Lần đầu tiên tôi vào Tiệp là năm 1990. Lúc đó, đất nước này đang trên đà hồi sinh sau cuộc Cách Mạng Nhung. Tôi đến Tiệp chỉ với mục đích kết bạn với người Việt mình, những người mà hầu hết có quá khứ thuộc về chế độ Xã Hội Chủ Nghĩa miền Bắc. Tôi còn nhớ tâm trạng xốn xang của mình buổi chiều tối hôm đó. Suýt nữa thì tôi bị rơi lại tại sân ga bốc rở hàng Plzen. May mà có một người Tiệp nói được tiếng Anh cản lại, và bảo cho tôi là ga hành khách Plzen ở trạm kế tiếp cơ. Hai trạm cách nhau vài cây số!

Ngô Văn Chính và Trương Tiến Dũng đón tôi ở sân ga. Đôi bên không hề biết mặt nhau. Chúng tôi chỉ hẹn nhau qua trung gian một người bên Đông Đức giới thiệu bằng điện thoại.

(bên trái) "Ông Góc Độ" Ngô Văn Chính và tác giả tại nhà ga xe lửa Plezen. *(Hình tư liệu của tác giả)*

Chính người nhỏ nhắn, mặt choắt nhọn, cứ mở miệng ra là "góc độ nào đấy"... thì... Vì thế, tôi gọi đùa Chính là "Ông Góc Độ." Còn Dũng thì rõ ra là công tử, quần bò (jean), áo da, tóc tai gọn gàng, duy giọng nói khàn khàn như bị cảm. Sau thủ tục chào hỏi nhận diện, Chính lái chiếc ô tô con đưa tôi ra phố để xem bộ mặt của thành phố lớn hàng nhất nhì nằm về phía Tây của xứ Tiệp. Tôi đưa Dũng 100 đô Mỹ nhờ mua chút đồ nhậu để tối "bù khú." Dũng bảo, anh định mời cả Plzen ăn tối nay hay sao đấy, vì đồng tiền koruna của Tiệp rẻ lắm, 100 đô thì tiêu thế nào hết được!

Chúng tôi sắm gần đầy xe, nào là bia, thức ăn khô, thuốc lá... Chỉ nước đá là không đào đâu ra. Ông Góc Độ bảo, *"góc độ nào đấy thì anh sẽ thấy cách bọn em ướp bia lạnh."* Về tới khu chung cư dành cho công nhân, việc đầu tiên là Chính sắp bia thành từng lớp ở ngay khe cửa sổ để hở. À thì ra đây là chiếc tủ lạnh thiên nhiên của Ông Góc Độ. Cực kỳ sáng tạo! Dũng ơi ới thông báo cho anh em biết có khách đến chơi. Khoảng chục người kéo vào, ngồi chật kín căn phòng ngang dọc chỉ đủ để hai cái giường con. Chính làm một màn tự giới thiệu trước, *"cơ bản chẳng dấu gì anh, góc độ nào đấy bản thân em là Bí thư Chi bộ đảng tại Plzen, trông coi anh em công nhân Việt Nam lao động tại đây."* Rồi tới Dũng, đoàn viên Đoàn Thanh Niên Hồ Chí Minh tại Tiệp. Hoàng Quốc Cường, to khỏe, dân tập tạ, thân hình như tài tử xi-nê. Nông

Đình Bửu, dân miền núi. Lan, người miền Nam, đang du học và là em gái ruột của Nguyễn Thái Bình, người sinh viên thân Cộng cướp chiếc máy bay Air Việt Nam và bị bắn chết ở sân bay Tân Sân Nhất năm 1973. Rồi Hà. Rồi Yến. Và lần lượt tới những người khác nữa. Hầu như ai cũng thuộc thành phần gắn bó với chế độ Cộng Sản. Tôi cũng chẳng dấu lý lịch của mình, gia đình di cư 54, bố và các anh là sĩ quan Việt Nam Cộng Hòa, bản thân bị tù hơn 7 năm vì in báo bí mật chống Cộng Sản sau 75.

Bữa cơm và "chè lá" làm quen ngay ngày đầu tại Tiệp: tác giả (để râu), bên trái là Trương Tiến Dũng và anh em sinh viên, công nhân tại Plzen. *(Hình tư liệu của tác giả)*

Câu chuyện râm ran như pháo Tết. Ông Góc Độ hăng nhất.

Chàng ta lôi ngay hai số báo đầu tiên của tờ Điểm Tin Báo Chí và tờ Diễn Đàn Praha ra khoe và nói về phong trào dân chủ của anh em Đông Âu. Nghĩa là không chỉ ở Tiệp, mà còn ở Đức, Ba Lan, Bulgaria, Nga. Dũng nói, anh Chính đã góp nhiều công trong việc in ấn tờ Điểm Tin Báo Chí, nhờ chức Bí Thư Chi Bộ, anh ấy dễ dàng quan hệ với mọi người để từ đó gây phong trào. Dũng sau này trở thành Chủ Tịch Phong Trào Liên Kết Người Việt Tại Đông Âu.

Cùng sinh viên Tiệp đi biểu tình – "Phủi" đánh "Xù"

Ngay những ngày đầu của cuộc Cách Mạng Nhung, trong hàng ngũ công nhân và sinh viên Tiệp kéo nhau xuống đường biểu tình có cả công nhân và sinh viên Việt Nam. Do làm cùng sở, học cùng trường, nên các anh đi thì chúng tôi đi, chứ ý thức về dân chủ tự do thì chưa có. Thế rồi Cách Mạng thành công. Nhiều sinh viên và công nhân Tiệp trong phong trào đấu tranh bỗng trở thành những người có vai trò trong các công xưởng, trường học. Thế là họ khuyến khích bạn bè người Việt ra báo để thông tin cho đồng bào Việt được biết những diễn biến đang xảy ra, và đồng thời bênh vực "Xù" trước những hành động ác độc của bọn "Phủi."

Theo lời giải thích của Trương Tiến Dũng, vì thời tiết quá lạnh, người mình mặc quá nhiều lớp áo quần cho ấm, trông ai cũng cứ...xù ra một đống! Thế là cứ gọi nhau bằng Xù. Còn Phủi là cách gọi của người Việt để chỉ bọn du đãng Đầu Trọc (Skinhead) bản xứ.

Khi cuộc Cách Mạng Nhung bùng nổ trên khắp đất nước, bọn Phủi bắt đầu kéo nhau hàng đoàn đi tìm Xù mà đánh. Nhiều chuyện nghe đến hãi hùng. Một anh công nhân đi trên tàu điện bị bọn Phủi dùng một cái đinh dài đóng vào đầu, rồi chúng quăng xác anh ra khỏi toa xe trong lúc tàu đang chạy. Một nữ sinh viên thì bị chúng vây trên tàu, cứ chửi một câu lại bẻ một cánh tay của cô. May mà cô sống sót nhưng phải nằm bệnh viện cả tuần lễ. Tại Ostrava, một thành phố nằm về phía Đông, gần biên giới Ba Lan, bọn Phủi còn kéo nhau đến vây đánh một chung cư của công nhân Việt Nam. Công nhân rút lên lầu tử thủ, cảnh sát phải đến giải vây.

Sự kỳ thị người Việt (Phủi đánh Xù) kể trên cũng có một phần nguyên nhân của nó. Khoảng 40 ngàn công nhân Việt Nam sang Tiệp lao động, ai cũng lao vào đủ các ngành nghề, kể cả thứ việc mà dân bản xứ chê không làm như đóng giầy, may mặc... Sự kiện này làm bực mình dân Tiệp. Rồi vì muốn mua những mặt hàng của Tiệp như vỏ xe đạp, quần áo, máy móc để gởi cho người thân ở quê nhà, công nhân và sinh viên Việt Nam thi nhau đứng sắp hàng từ sáng sớm tới tối tại các cửa hàng quốc doanh, khiến dân Tiệp không len chân vào được. Cứ như lửa đổ thêm dầu, tâm trạng bực tức, nhất là của bọn Phủi, cứ âm ỉ và đã bùng nổ khi xảy ra Cách Mạng Nhung. Bọn chúng hô hoán lên rằng, Xù qua Tiệp cướp việc làm, lấy đi của cải của dân bản xứ. Thế là Xù bị chặn đánh ở các sân ga, các ngõ đường vắng, và ngay cả nơi thị tứ.

Trong bối cảnh ấy, Chính, Dũng, Cường, Bửu, Lan, Hà, Yến là những người khai sinh ra tờ báo đầu tiên của người Việt tại Tiệp: tờ Điểm Tin Báo Chí. Thoạt tiên, anh em chỉ có nhu cầu thông tin cho đồng bào về những diễn tiến trên đất Tiệp, bằng cách dịch các bài viết trên báo Tiệp sang Việt ngữ, vì ngoại trừ sinh viên, công nhân người mình hầu hết không thông thạo tiếng bản xứ. Thế thôi, chứ chưa mấy ai có ý thức về nhu cầu đấu tranh dân chủ tự do. Dần dà, đọc báo chí của Tiệp viết về tội ác của Cộng Sản Tiệp, Cộng Sản Nga, về cuộc đàn áp phong trào nổi dậy Mùa Xuân Praha 1968, Điểm Tin Báo Chí bắt đầu chuyển thành tờ báo của phong trào dân chủ, tạo nguồn cảm hứng cho các tờ Diễn Đàn, Thời Mới, Tự Do, Tin Sáng, Cánh Én, Thông Điệp Xanh, Thiện Chí...lần lượt ra đời tại các nước Đông Âu, và Nga.

Bài thơ "Bác" Hồ

Minh, công nhân, làm việc tại xưởng sản xuất bia ở Plzen. Cô có giọng nói và khuôn mặt thật hiền. Hỏi Minh biết gì về "thần tượng Hồ Chí Minh," cô nhỏ nhẹ: *Em thấy những gì mà người ta nói về ông Hồ thì quả thật ông ấy là bậc Thánh, nhưng Thánh mà sao để đất nước mình nghèo đói đến thế?*" Rồi Minh đọc cho tôi chép những vần thơ dân gian về ông Hồ:

Chú bộ đội thức dậy
Thấy ba lô mất rồi
Mà sao Bác vẫn cười
Trông Bác nghi nghi lắm
Chú bộ đội dấm dẳng
Xin Bác trả đi thôi
Bác Hồ miệng mỉm cười
Dạy bảo chú bộ đội
Nhân danh tình đồng chí
Bác khuyên chú điều nầy
Nội nhật trong đêm nay
Lấy ngay của thằng khác.

Minh bảo tôi, *"quanh quẩn thế đấy anh ạ, chế độ ta cứ đứa này lấy của đứa kia!"* Minh còn tâm sự là sẽ về lại Việt Nam, với hy vọng đem những hiểu biết của mình để góp phần phá vỡ sự bưng bít và u tối của chế độ tại quê nhà.

Quần áo Dù "trông cực máu"

Ấy chết, phải nói ngay kẻo bị hiểu lầm. Công nhân miền Bắc lao động tại Đông Âu dùng chữ "cực máu" để tả sự tuyệt hảo, number one, hết chỗ chê.

Nông Đình Bửu lúc nào cũng chỉ mặc chiếc quần của binh chủng Nhảy Dù của Việt Nam Cộng Hòa. Bửu tâm sự, *"em mà ở trong Nam là em chỉ có đi Dù thôi. Thế mới máu anh ạ!"* Bửu gốc dân thiểu số miền núi ngoài Bắc, sang Tiệp làm công nhân. Bửu thường bắt giọng cho anh em cùng hát bài

Công nhân đi từ miền Bắc XHCN Nông Đình Bửu: "em mà ở trong Nam là em chỉ có đi lính Dù thôi." *(Hình tư liệu của tác giả)*

"Bác Cùng Chúng Cháu Hành Quân" nhưng sửa lời lại. Câu cuối của bài Bửu hát là "Bác kính yêu đang cùng Bác gái hành quân." Vui nhất là khi mọi người vừa dứt câu hát, Bửu rú lên "đéo tin thì thôi." Thế là anh em cùng hát theo "đéo tin thì thôi." Bửu còn chế giễu lời ông Hồ Chí Minh trong cuốn cassette do Tòa Đại Sứ Cộng Sản Hà Nội tại Tiệp bán ra. Trong cuốn tape, giọng ông Hồ dạy dỗ thanh niên năm điều tại một đại hội thanh niên ở Hà Nội. Bửu bình luận, *lão ấy cực kỳ thô bỉ. Lão dạy thanh niên mà lão có sống như thế đâu.*" Rồi Bửu đọc năm điều "Bác dạy" mà Bửu bảo là sáng tác của quần chúng nhân dân:

Nhất Dương Chỉ (một tuyệt kỹ võ công trong truyện kiếm hiệp Kim Dung)

Nhị Thiên Đường (tên một loại dầu gió sản xuất ở miền Nam)

Tam Tông Miếu (lịch tập, có ghi ngày tháng tốt xấu)

Tứ Đổ Tường (bốn món ăn chơi)

Ngũ Vị Hương (một loại gia vị để nấu thức ăn)

Bửu căn dặn tôi nhiều lần là về Mỹ, nhớ gởi cho Bửu một bộ quân phục Nhảy Dù để mặc cho nó "máu." Tôi đã làm điều đó và giao tận tay Bửu trong chuyến đi Tiệp lần thứ nhì.

Từ những sự thực bị bưng bít

Trương Tiến Dũng là người tổ chức cuộc biểu tình đòi trả
tự do cho những người đấu tranh tại Việt Nam, điển hình là
Bác sĩ Nguyễn Đan Quế, Giáo sư Đoàn Viết Hoạt, Ngục sĩ
Nguyễn Chí Thiện... Cuộc biểu tình diễn ra trước Tòa Đại Sứ
Cộng Sản Hà Nội tại thủ đô Praha vào một đêm tháng Giêng
năm 91, quy tụ rất nhiều khuôn mặt trẻ. Đó là dịp tôi gặp Cù
Lần, Lê Thanh Nhàn, Hồ Văn Hải.

Năm 2005: Tác giả và Trương Tiến Dũng, Chủ tịch Phong Trào
Liên Kết Người Việt tại Tiệp. *(Hình tư liệu của tác giả)*

Dũng 25 tuổi, học cao học năm cuối ngành kỹ sư điện ở

đại học Praha, xuất thân từ gia đình có gốc gác lớn của chế độ. Cả bố lẫn mẹ đều là đảng viên Cộng Sản cấp cao. Dũng kể, lúc chiến tranh chấm dứt trưa 30 Tháng Tư năm 75, Dũng mới 15 tuổi, đang sinh hoạt trong Đoàn Thanh Niên Cộng Sản. Năm 78, Dũng được sang Bình Nhưỡng dự Hội Nghị Liên Hoan Thanh Niên Quốc Tế Cộng Sản. Ngồi cạnh một cô trong Đoàn Thanh Niên Cộng Sản Bắc Hàn, cô hỏi Dũng, xin đồng chí cho biết tình hình chống Mỹ của nhân dân Việt Nam tới đâu rồi? Nghe câu hỏi đó, Dũng suýt nữa té bổ ngửa! Đã ba năm Việt Nam chấm dứt chiến tranh, Việt Nam đã "thắng Mỹ" từ 1975 rồi, thế mà cái cô Bắc Hàn này còn nêu một câu hỏi động trời như vậy. Trên chuyến bay về lại Hà Nội, Dũng vẫn còn thắc mắc nhưng chưa hình dung nổi chế độ Bắc Hàn đã bưng bít thông tin ghê khiếp đến đâu. Dũng nói, một đoàn viên thanh niên Cộng Sản mà còn bị bịt mắt bịt tai đến vậy thì huống hồ dân chúng.

Năm 1982, Dũng được bố mẹ cho sang Tiệp du học. Về thăm nhà năm 1986, được vào Sài Gòn chơi. Đó là lần đầu tiên Dũng biết miền Nam. Dũng bảo, *"vào Nam em mới biết là nhiều người đi học tập cải tạo ở ngoài Bắc vẫn chưa được về. Như vậy tức là thông tin mà bọn em nghe được là sai. Nhà nước vẫn nói rằng không hề có chính sách trả thù, và tất cả những người thuộc chế độ cũ được giáo dục ngắn hạn và đã được về nhà."*

Dũng nói bây giờ thì Dũng hiểu cô gái đoàn viên thanh niên Bắc Hàn, vì cả hai đều sinh ra, lớn lên trong hai chế độ giống nhau: bưng bít thông tin!

Dũng hoài nghi chế độ kể từ đó. Dũng còn nói, cũng nhờ đọc báo chí tự do sau Cách Mạng Nhung ở Tiệp mà Dũng biết về cuộc sống sa hoa, sa đọa của các lãnh tụ Cộng Sản Fidel Castro, Staline, Kim Nhật Thành... Dũng ngờ rằng, *"Bác Hồ thì cũng thế."* Từ đó Dũng tìm hiểu thêm và vỡ lẽ là bản thân mình và những người cùng thế hệ mình bị chế độ bưng bít, lừa dối. Cho nên Dũng dấn thân tranh đấu và muốn tự do suy nghĩ bằng chính cái đầu của mình.

Năm 2005, lần thứ 3 tác giả về lại Tiệp: (từ trái) Đức, Hồ Thanh Hải, Nguyễn Cường, tác giả và Trương Tiến Dũng. *(Hình tư liệu của tác giả)*

Chẳng riêng gì Trương Tiến Dũng

Tự do: Niềm khao khát sục sôi này tôi thấy được ở nhiều anh em người Việt Đông Âu.

Nhớ lại một đêm bù khú ở cư xá sinh viên tại Praha, Nhà văn Trần Ngọc Tuấn nói rằng *"các anh miền Nam bị mang tiếng là thua, nhưng còn hãnh diện là đã chiến đấu cho một lý tưởng đúng, chứ bọn tôi được tiếng là thắng mà khi bừng con mắt dậy, thấy cả đời mình bị chúng nó lừa. Bọn tôi đau hơn các anh chứ. Nói không được nói, viết thì chúng nó cấm. Thế thì sống thế mẹ nào được. Không tự do thì đếch làm gì được."*

Tuấn thế đấy. Bực lên là…văng hết, chả chừa thứ ngôn ngữ nào. Bộ đội mà. Từng đi đánh bọn diệt chủng Khờ Me Đỏ bên Kampuchia. Đã sống sót trở về thì còn sợ đếch ai nữa. Tuấn nói năng bổ bã thế chứ viết hay ra phết. Chỉ phải mỗi cái tật lề mề, nên đôi khi làm anh em phát cáu.

Cái tinh thần "không tự do là đếch làm gì được" thể hiện nơi Tuấn và hầu hết anh em người Việt mình ở các nước Cộng Sản cũ bên Đông Âu. Họ từng sống trong lòng cả hai chế độ Cộng Sản, tại quê nhà và tại những xứ mà họ sang du học, lao động. Họ thấm đòn cái chế độ đó lắm.

Cù Lần

Trần Hồng Hà, bút hiệu Cù Lần, là Tổng Biên Tập tờ Diễn

Sinh viên biểu tình trước tòa đại sứ Cộng sản Việt Nam ở Praha; người có dấu x là Trần Hồng Hà, bút hiệu Cù Lần *(Hình: Nguyễn Cường)*

Đàn Praha, tờ báo quan trọng nhất trong số các báo chí độc lập đầu tiên của phong trào thanh niên-sinh viên Việt tại Đông Âu ra đời ngay sau Cách Mạng Nhung 1989. Hà được coi như một trong những con chim đầu đàn trong cao trào báo chí phản kháng của người Việt ở Tiệp Khắc, cũng như ở Đông Âu. Các bài ký, phóng sự, bài dịch và những dòng thơ của Hà nói về cuộc sống của giới thanh niên công nhân xuất khẩu lao động, du học sinh... từng tạo nên nhiều cảm xúc lớn trong lòng bạn đọc. Thiên phóng sự Kẻ Đào Tẩu của Trần Hồng Hà đã góp mặt trong tuyển tập Hai Mươi Năm Văn Học Việt Nam Hải Ngoại do nhà xuất bản Đại Nam in năm 1995 tại California. Với bút hiệu khác là Hà Minh Thọ, Hà còn dịch sang tiếng Việt cuốn Animal Farm: A Fairy Story của văn hào George Orwell, với tựa tiếng Việt là "Muông Cầm Trại."

Sinh viên và công nhân Việt Nam tại Tiệp biểu tình đòi tự do cho quê nhà trước Tòa Đại Sứ Hà Nội ở Thủ đô Praha; người đi hàng đầu có dấu x là Trần Hồng Hà, bút hiệu Cù Lần, Tổng biên tập tờ Diễn Đàn Praha. *(Hình: Nguyễn Cường)*

Cù Lần, người trắng trẻo, nho nhã mà rất bộc trực. Cù Lần

lãng mạn mà rất tỉnh, tỉnh mà rất thơ. Bên trong con người Cù Lần là cả một ngọn lửa sôi sục những ước mong cho đất nước thoát khỏi nghèo đói, lạc hậu, độc tài.

Lần cuối cùng tôi chia tay Hồng Hà là một buổi sáng Tháng Hai năm 1992 ở sân ga Praha. Hà chu đáo vô cùng. Đêm hôm trước hầu như thức trắng với nhau tại ký túc xá Strahov của đại học Praha, nơi Hà đang theo học ngành điện tử, và cũng là nơi anh em làm báo bí mật. Hà lo cho tôi từng chút cái ăn vì sợ tôi đói, từng chút cái mặc vì sợ tôi không chịu nổi thời tiết giá rét ở Tiệp. Gần sáng, Hà dục tôi đi ngủ. Tôi vừa chợp mắt thì Hà đã gọi dậy để chuẩn bị ra ga. Câu cuối trước khi chia tay, Hà hẹn, chắc chắn sẽ có ngày chúng ta đón đưa nhau ở ga Hà Nội, ga Sài Gòn, anh ạ!

Năm 1994, tôi đang kiếm sống bằng nghề lái taxi ở Hawaii thì anh em bên Tiệp báo tin Hà chết.

Người ta tìm thấy Hà treo cổ trong một khu rừng gần Praha. Thoạt đầu có tin nói vì Hà là "con dao phay" của phong trào sinh viên Việt Nam bên Tiệp chống chế độ Hà Nội nên Tòa Đại Sứ Việt Cộng ở Praha ra tay giết Hà. Nhưng sau này, chính Nguyễn Cường và Trương Tiến Dũng nói với tôi, Hà trầm uất quá nên chọn cách ra đi như thế.

Viết những giòng này, tôi thương Hà kinh khủng. Hà làm nhiều thơ. Thơ tình yêu, thơ nói về thân phận đất nước. Sau đây là bài Đất Nước Tôi, Hà viết tại Praha năm 1990.

Đất nước tôi
là những ông già
thiết tha
bên vỉa hè lịch sử
nào cô nào cậu
mua giùm xổ số tương lai

Đất nước tôi
là những chàng trai
trải kiến thức ngồi chờ bơm xe đạp
Thế giới vùn vụt qua trước mặt
IBM ai chở xe thồ!

Đất nước tôi
ngây ngất những giấc mơ
sao sáng rọi thiên đàng trên trần thế
Nhưng mộng đẹp ai mang ra để
đắp lên mình Tổ Quốc mảnh chăn chiên.

Đất nước tôi
dàn ngực chịu đạn tên
đổi lấy khúc đầu một phần ba lời Bác dạy
những vết thương vẫn còn sưng tấy
Răng liền môi, răng bập cắn vào môi

Đất nước tôi
trắng hếu những quả đồi
xương anh em chìa bắt tay "hữu nghị"
Đất nước tôi xót ngàn năm bị trị

Hỡi ôi dân tộc mất còn

Đất nước tôi
đất nước những người con
rạch lưỡi rồi tập nói
Suy nghĩ, tâm tư kính chiếu yêu vẫn rọi
Cồm cộp gót giày, mũi Mác mũi Lê

Đất nước tôi thương nhớ vẫn đi về
Hình mẹ khom lưng trải dài trên bãi cát
Hạt muối mặn chát từ dòng nước mắt
Đắng vần thơ cho Người
ôi Mẹ Việt Nam ơi!

Sinh viên và công nhân đến Tòa Đại Sứ Bulgaria phản đối việc trục xuất cả một tập thể người lao động Việt Nam về nước trước khi hết hợp đồng lao động; người có dấu x là Trần Hồng Hà, bút hiệu Cù Lần. *(Hình: Nguyễn Cường)*

Đêm Giao Thừa tại Plzen, hẹn một ngày về

Tiếng hành khách xôn xao ở các toa bên cạnh kéo tôi ra khỏi những miên man ký niệm của hai chuyến đi trước. Tàu đến ga Plzen thì đã xế chiều. Lần này thì Dũng và Yến ra đón. Yến nhỏ nhắn như một cái kẹo, nên tôi gọi đùa là Cái Yến. Giọng Dũng oang oang không thèm lý đến thái độ khó chịu ra mặt của những người bản xứ chung quanh. Dũng bảo, Hồ Thanh Hải nó chờ lâu sốt ruột nên đã tếch về trước để lo bia bọt cho anh em mình tối nay.

Không khí đón Giao Thừa sực lên ở khu chung cư của công nhân Việt Nam và các sắc dân khác. Dọc hành lang dẫn đến phòng của Hoàng Quốc Cường, tôi chào hỏi mọi người như một người anh em trong gia đình đi xa trở về làng cũ. Ngoài những khuôn mặt từng quen biết trong hai lần đi trước, còn thêm nhiều người mới. Chính, Tuấn, Bửu, Cường, Lan, Hà đang chuẩn bị bữa cơm cuối năm. Hồ Thanh Hải thì ôm đàn rống lên bài "The Wall" của ban nhạc Pink Floyd. Phải nhận rằng, Hải đúng là một tay lãng tử. Có vợ người Tiệp và một con gái rất kháu khỉnh, thế mà hễ cứ bạn hú một tiếng là Hải tếch ngay khỏi nhà. Chiếc xe hơi cũ kỹ của Hải đã có lần chở tôi suốt từ Praha vào Berlin, đúng lúc Đông Đức đang vỡ thành từng mảnh.

Bữa cơm của anh em bên Tiệp bao giờ cũng bắt đầu bằng

món canh. Chỉ vì không đào đâu ra chén bát và đũa, nên mãi thành thói quen, mọi người húp canh trước rồi mới xới cơm vào đĩa và dùng muỗng xúc ăn. Nước mắm thì tuyệt đối không có, nên món gì cũng nêm nếm bằng muối hoặc xì dầu mua ở các chợ Tàu. Bây giờ thì khác rồi. Nước mắm tràn lan từ Việt Nam nhập sang. Vì là Tết, bữa cơm có thêm mấy món đặc thù, bánh chưng, dưa muối, mứt. Tuyền là thứ tự biên tự diễn nhưng ngon đáo để.

Post card tác giả gửi báo Người Dân. *(Hình tư liệu của tác giả)*

Bia bọt tràn cung mây. Bà con mình ở Đông Âu nói chung, Tiệp nói riêng, có lối xưng hô "anh anh chú chú" rất thân tình, y như trong một ngôi làng nhỏ nào đó ở miền Bắc. Ông

Góc Độ luôn miệng, *"anh bảo chú Dũng thế này, anh bảo chú Cường thế nọ."* Cứ trên nhau một tuổi là có thể anh anh chú chú được rồi.

Tiệc tàn, một số người về lại phòng mình, cũng ở cùng chung cư. Còn lại khoảng chục anh em. Dũng thân tình lắm, nằm khểnh ngay xuống sàn nhà, gác chân lên người tôi. Dũng kể, từ ngày ra báo tới giờ, em bị bố mẹ ở Hà Nội phiền lắm. Vì công an cứ đến nhà hoạnh họe đủ điều, sao không kiểm soát con mà để nó đấu tranh chống Đảng. Các anh em khác cũng cho biết hoàn cảnh tương tự. Bửu bèn ngôn một câu xanh rờn theo lối dân miền núi, *"đánh bỏ cha chúng nó đi."* Sau này, năm 1997, tôi cũng nghe một câu tương tự từ miệng Yên Phong, lúc tôi sang thăm anh em tờ Thiện Chí xuất bản ở Hannover bên Đức. Phong là Tổng Biên Tập của Thiện Chí. Yên Phong bảo tôi, *"đánh bỏ mẹ chúng nó chứ sợ gì, chẳng lẽ những tên đã từng là bộ đội như bọn tôi mà sợ mấy cái thằng mả mẹ công an à?"*

Gần giờ Giao Thừa, nghĩa là đã sáng Mùng Một Tết tại quê nhà, Dũng nhỏm dậy ra khỏi phòng. Khoảng hơn nửa giờ sau, Dũng trở lại với khuôn mặt bực bội. Dũng bảo, gọi điện thoại về chúc Tết, bố em giáo dục em về nghĩa vụ trung với Đảng. Em bèn bảo, *"tuổi trẻ của bố có ai khuyên can khi bố đi làm cách mạng không mà bây giờ bố cản con. Và em nói rằng, bố còn nói nữa là con cúp phone. Thế là bố em đưa điện thoại cho mẹ nói chuyện."*

Đêm Trừ Tịch thật cảm động. Ngay giữa căn phòng chật chội của hộ bốn người là bàn thờ Phật. Tất tật những người có mặt trong phòng đều quần áo tề chỉnh thắp hương cầu khấn. Tôi cũng thắp một nén hương nhớ về Mẹ đã khuất, nhớ về gia đình. Khác với không khí ồn ào của bữa cơm tràn bia bọt lúc chiều, giờ Giao Thừa, chúng tôi uống trà, nói với nhau những kỷ niệm, những mơ ước của mình. Dũng bảo, *"chắc chắn sẽ có ngày về. Anh Thái chưa biết đất Bắc, khi đất nước đổi thay, em sẽ đưa anh đi chơi Hà Nội."* Chỉ mới nghĩ đến ngày ấy lòng tôi đã dấy lên niềm xúc cảm xót xa. Năm 1988, Mẹ tôi mất, tôi đang làm việc tại các trại tị nạn ở Hong Kong. Chỉ cần thêm một giờ bay nữa là tôi đã về để chịu tang Mẹ. Vậy mà có về được đâu.

Sáng chưa bảnh mắt, các phòng đã ồn lên lời chúc tụng. Dù là ngày thường, không phải cuối tuần, bà con mình vẫn hè nhau nghỉ ở nhà, ít nhất là ngày Mùng Một. Tôi ở chơi với anh em cho đến trưa Mùng Hai thì theo Trương Tiến Dũng và Hồ Thanh Hải đi Praha. Trước cửa chung cư, bọn tôi bùi ngùi giã biệt nhau.

Sông núi Việt Nam, hẹn mai ta sum vầy nhé.

Về một chuyến đi Nga

(Calfornia, Tháng Ba 1992)

AEROFLOT: Một lần cho biết

Trên suốt chuyến bay của hãng Hàng Không Nga Aeroflot từ Paris đến Mockba (Moscow), tôi ngồi cạnh Janna. Menshikova Janna, một cô gái Nga tóc vàng, mắt xanh, nói tiếng Anh lưu loát.

Thật ra tôi chỉ ý thức sự hiện diện của Janna lúc máy bay bình phi. Từ lúc đặt chân vào tới lúc phi cơ cất cánh, tôi mải sợ. Thảm lót sàn rách nát, có chỗ cộm lên từng cục, nhất là ngay cửa vào, chỗ để mấy xe thức ăn, thảm rách được lấp liếm qua loa như một đống giẻ dơ bẩn khiến tôi suýt vấp ngã. Chưa hết, chỗ để hành lý trên đầu hành khách không có nắp đậy an toàn, nó chỉ là một loại kệ chạy dài gắn vào thân phi cơ.

Lạy Trời, lúc phi cơ đáp, tôi nhủ thầm.

"Đó là cái giá cậu phải trả cho việc thăm địa ngục, thiên đàng rẻ hơn nhiều," anh bạn hôm chở tôi đi xin visa và lấy vé tại Paris đã nói với tôi như vậy.

Bẩy trăm tám mươi Mỹ kim vé khứ hồi Paris-Mockba, 250 dollar một đêm tại khách sạn 4 sao Intourist, 40 dollar thủ tục xin visa. Đặt phòng tại Intourist là điều kiện bắt buộc để xin chiếu khán. Người ta viện cớ công an tại đó làm việc thường trực nên tiện cho việc đóng dấu lưu trú. Một hình thức "đăng ký hộ khẩu." Hai trăm năm mươi Mỹ kim, vị chi 25 tháng lương của công nhân Nga cho một đêm tại "trái tim" của Liên Xô cũ. Cái giá phải trả cho một người mang quốc tịch của xứ tư bản "giãy chết."

Chiếc phản lực 2 máy TU151 đầy hành khách, đa số người Nga, một ít người da trắng có lẽ là Mỹ hoặc Pháp, một vài người Nhật. Tôi phân biệt điều này nhờ lối ăn mặc và cách nói chuyện. Người Nga mặc áo lông, áo da, ồn ào, đi lại luôn. Những người khác mặc vest, trao đổi kín đáo.

Không một lời loan báo, phi cơ rú lên từng chập rồi cất cánh.

"Chắc lần đầu anh đi máy bay Nga," một giọng nữ rót vào tai tôi. Quay sang, cô gái tóc vàng ngắn, mắt xanh, mặc bộ đồ nâu đang nhìn tôi như chế giễu. Trông cô bình thản đến độ tôi phát thẹn với nỗi lo sợ của mình.

"Vâng, sao cô biết?" tôi nhát gừng.

"Gương mặt anh tố cáo điều đó," cô cười, hơi thở thơm chi lạ, một thứ mùi sữa trộn ít vị đắng của thuốc lá. *"Tôi quen rồi,"* cô tiếp, *"như thế này đối với tôi là nhất. Tôi thường chỉ bay trong nội địa, đây cũng là lần đầu tôi ra khỏi nước và trở về."*

Sau đó tôi biết tên cô là Menshikova Janna, làm về tin học cho một hãng Nga có liên lạc buôn bán với Pháp, và cô trở về sau 3 tuần công tác ở Paris.

Thấy tôi chỉ uống tí café mà không ăn, Janna nhỏ nhẹ, *"anh ăn đi, Mockba chẳng có gì đâu."* Nhiều người cũng nói với tôi như thế, thậm chí còn có người khuyên nên mang theo mì gói đủ cho thời gian ở Nga. Thức ăn không đến nỗi tệ, Janna ăn hết phần của cô. *"Anh nên nhớ đây là thức ăn mua ở Pháp, lúc bay trở lại từ Mockba, anh sẽ thấy khác hẳn,"* cô nói, *"tệ hơn nhiều lắm."*

Nhiệt độ trong máy bay mỗi lúc một nóng, tôi có cảm giác ngồi cạnh một lò lửa. Dĩ nhiên cô gái Nga bên cạnh đã là một thứ lửa rồi. Đúng là chơi dại, mùa Đông nước Nga đã hại tôi. Trang bị đến tận răng, quần áo trong, quần áo ngoài, chân đi hai đôi tất len, còn lại đi giầy bốt cao cổ, mồ hôi tôi bắt đầu rịn ra ướt cả người. Janna trả lời câu tôi hỏi, *"sự thạy đổi ở nước tôi là một điều tốt, mọi việc thoải mái hơn trước nhiều, bằng chứng là tôi có thể đi đây đó, ngay cả đi nước ngoài. Anh hỏi kinh tế à, khó khăn hơn trước nhưng chúng tôi chấp nhận. Ông Yeltsin thì tôi nghĩ khó ngồi lâu nếu không ổn định sớm tình hình, giá là ông Gorbachev thì chắc tốt hơn. Tôi tin là nhiều người Nga thích ông Gorbachev hơn."*

"Có bao giờ cô gặp người Việt Nam ở Nga chưa?"

Vô tình, Janna tạt vào mặt tôi, *"Có chứ, chẳng có gì tốt đẹp về họ cả. Buôn chui bán lận, gấu ó lẫn nhau là tất cả chuyện về họ."*

Tác giả và cô Menshikova Janna tại phi trường quốc tế Mockba.
(Hình tư liệu của tác giả)

Tôi bị thương tổn như chính mình bị chỉ trích. Im lặng một

hồi lâu, tôi hỏi Janna, *"Cô có biết, tôi cũng là người Việt?"*

"Ồ, xin lỗi anh," Janna lúng túng, *"tôi tưởng anh là người Nhật. Điều hồi nãy tôi nói không có gì là tuyệt đối. Dĩ nhiên, tôi vẫn tin họ có người tốt."*

Người Nhật! Hai tuần lễ trước ở Tiệp Khắc, một người bản xứ cũng hỏi tôi như thế! Hình như đối với nhiều nước, một người Á Châu thong dong đây đó thì chỉ có nghĩa họ là người Nhật.

Câu chuyện về đồng bào tôi bên Nga vô tình khiến cả hai chúng tôi không ai nói với ai câu nào một hồi lâu. Anh bạn đi cùng không chịu được khói thuốc, ngồi cách tôi sáu hàng ghế đang ngủ ngon lành. Tôi nhìn đồng hồ, 4 giờ 10. Bay 3 tiếng rưỡi, hai thủ đô cách nhau hai múi giờ, phi cơ sẽ đáp lúc 7 giờ Mockba.

"Anh buộc dây lưng vào, phi cơ sắp đáp đấy, chẳng ai nhắc và loan báo đâu," Janna dịu dàng, *"còn điều này nữa, cẩn thận những thứ trên đầu."*

Tôi thầm cám ơn Janna. Phi cơ giảm cao độ, nhiệt độ nóng dữ dội và quả tình, không một lời loan báo, phi cơ đáp. Tôi không tin mắt tôi nữa, ngoại trừ những túi xách lớn vừa khít từ trần phi cơ xuống đến tấm kệ, những túi nhỏ là vật dụng như cặp táp, nón áo đổ ào xuống đầu hành khách. Một vài hàng ghế trống ngã gập về phía trước. Lúng túng đến thảm hại là một người Á Đông (chắc là người Nhật... ?) ngồi cách tôi ba hàng ghế phía trái, anh đang cuống cuồng lượm những tấm hình rớt ra từ một túi nylon đổ xuống từ trên đầu. Những hành khách Nga thì bình thản... như hơi thở thu lượm mọi thứ trên sàn. Janna chìa tay ra bắt tay tôi, dù sao đi nữa, Welcome to Mockba.

Intourist Hotel: Có tiền mua tiên... thì được; thực phẩm... thì không

Sau khi đưa passport cho nhân viên khách sạn làm thủ tục "đăng ký" công an, Bằng, Toàn và tôi lên phòng thay quần áo. Nhìn từ cửa sổ tầng 20 của khách sạn, thủ đô Mockba chìm trong tuyết. Ánh đèn vàng bệch của thành phố kèm chút sáng trăng giúp tôi nhận ra vị trí Quảng Trường Đỏ, lặng lờ, quạnh quẽ cách khách sạn khoảng 200 thước. Như vậy chúng tôi đang ở trung tâm của Mockba.

"Chỉ có cafê, bia, nước ngọt, không có gì ăn cả," người phục vụ tại quán ăn của khách sạn tỉnh queo trả lời tôi.

Oh! My God! Cái gì, khách sạn quốc tế 4 sao giữa thủ đô mới 8 giờ 30 tối đã không còn gì ăn. Bằng và tôi ngán ngẩm nghĩ tới 5 ngày còn lại. Thấy quan tài rồi bạn ta ơi!

"Cơ bản là thế đấy anh ạ," Toàn điềm nhiên như không, *"bây giờ ngoài phố cũng chẳng đào đâu ra cái ăn, tối nay ta khắc phục vậy, mai em sẽ làm việc."*

Ba tách café đen nhỏ 11 đô la, tôi lại nhớ tới câu "giá của địa ngục". Mấy bàn còn lại lác đác người ngoại quốc, hai bàn Á Châu chắc chắn là thương gia Nhật, còn lại là da trắng.

Phải kể là khách sạn đầy... tiên. Tóc vàng có, nâu có, áo da có, áo lông thú có, cô nào cũng đẹp, khêu gợi qua lại như đèn kéo quân.

"Các anh hưởng đêm Mockba nhé," một trong ba cô vừa sà vào bàn chúng tôi nói, *"170 đô la kể cả phòng."*

Mười bảy tháng lương của công nhân Nga, "Tiên" chứ đến... "Thánh" chúng tôi cũng từ chối.

"Hay là các anh muốn xem chỉ tay," cũng cô lúc nãy, *"rẻ thôi 20 đô la."*

Cũng có màn này nữa sao? Quả tình bàn ngay bên cạnh đang có một chàng G.I. chìa tay chắc là để tìm hiểu tương lai...Tổng Thống Bush. Tôi diễu cô gái vừa hỏi, *"How to say thanks in Russian?"* Cả ba cô ngúng nguẩy bỏ đi một nước.

Ngồi lại một mình, Bằng đi ngủ trước, Toàn hẹn quay trở lại sáng hôm sau, tôi ra quầy mua một lon Heinneken giá 5 đô la. Đói. Biết vậy tôi đã nghe lời Janna nuốt hết dĩa thức ăn trên phi cơ. Anh G. I. bàn bên đã xong phần bói toán và đang nhai bánh khô. Đây là thực phẩm mang theo, anh vừa nói vừa nheo mắt với tôi. Tôi cười ruồi cho quên cơn đói.

Đói nhưng cảm giác an toàn của khách sạn giúp tôi hoàn hồn khi nghĩ lại những chuyện xảy ra tại phi trường

Chérémétiévo lúc trước đó.

Làm xong thủ tục nhập cảnh, nghĩa là đóng dấu "thành thật khai báo" vật dụng đem theo và móc hết tiền trong túi cho nhân viên hải quan kiểm tra, Bằng, người bạn đi cùng và tôi xách vali ra cửa. Một đám đông hỗn độn, lố nhố mời chào taxi, hỏi mua bán và đổi đô la. Chúng tôi dứt khoát từ chối hết và lóng ngóng tìm kiếm. Đây rồi, anh chàng Á Châu này một triệu phần dầu là người Việt ta, bằng chứng là anh ta chẳng cầm tấm bảng viết tên tôi đó sao? Một màn giới thiệu, Toàn, sinh viên tốt nghiệp ngành điện, du học Mockba từ 1981.

"Bây giờ bọn anh mặc em bố trí nhé, không được rời em, tình hình căng lắm." Tôi suýt phì cười vì lối nói đặc biệt Xã Hội Chủ Nghĩa của Toàn.

Vừa ra tới đường, mặt tôi rát bỏng vì lạnh. Không rõ nhiệt độ bao nhiêu nhưng tôi cóng cả người. Tôi chợt hài lòng vì lúc trên phi cơ đã quyết định không cởi bớt lớp áo ngoài. Trong tích tắc, cả hơn chục người vây quanh chúng tôi. To lớn, bặm trợn, nón và áo lông cũ kỹ, đám người này kỳ kèo đòi đưa chúng tôi về khách sạn với giá 20 đô la. Toàn cố kéo chúng tôi ra khỏi đám người này và dặn, đừng lên xe bọn này, nó sẽ "trấn" anh dọc đường đấy.

Chúng tôi cố đón taxi, một, hai, rồi ba chiếc vừa dừng lại đã vội rú đi ngay. Bọn đầu gấu vây quanh chúng tôi giơ tay hăm dọa nên không tài xế nào dám rước chúng tôi.

Một chiếc dừng lại, tôi vội vàng mở cửa chui vào, chợt thấy Bằng hốt hoảng nhảy dựng về phía sau tay ôm vali che ngực. Nhanh như một con cắt, tôi vọt ra khỏi xe quay người lại. Thì ra một trong những tay kỳ nèo chúng tôi nãy giờ đã rút dao găm ra và đâm ngập vào bánh xe phía Bằng đứng. Tội nghiệp người tài xế, không rước được khách lại bị đâm lủng bánh xe, anh ta đang cố lái ra khỏi đám người hung dữ này.

Tên vừa đâm xe bám lấy tôi, *"không đi xe tôi thì không xe nào dám đón đâu,"* hắn nói.

Tôi bắt đầu sợ, đất lạ không biết xoay sở ra sao. Tôi hỏi Toàn, *"báo công an được không?"* Toàn trả lời, *"ai người ta thèm để ý mà báo, chúng nó ăn chia với nhau hết rồi."* Tôi giành quyền "bố trí" và đưa ra "phương án": cứ gọi taxi, khi xe dừng là lên ngay khóa cửa trong, bảo tài xế chạy, bánh xe bị đâm thì thay dọc đường, bọn tôi trả thêm tiền.

Phương án diễn ra đúng như dự định, nửa giờ sau có một ông già dừng lại đón chúng tôi. Như một con cắt, chúng tôi đã khóa cửa xe từ bên trong. Bụp! Bánh xe phía tôi ngồi bị đâm, mặc kệ xe cứ thế lao đi. Thế mà, đã thoát đâu, hai chiếc xe của bọn này cúp đầu xe chúng tôi chặn đường, ông tài xế bẻ gắt về bên trái, leo lề và dọt ra khỏi phi trường.

Vừa chạy được khoảng 15 phút, xe phải tấp vào bên đường thay bánh. Hai bên là rừng, tuyết phủ trắng xóa, đường vắng ít xe qua lại. Chợt một chiếc xe ngừng ngay sau chúng tôi, hai người nhảy xuống tiếng Nga lào xào. Tôi xanh mặt, ông già lái xe này mà là người của bọn kia thì đối phó sao đây? May quá, họ lên xe đi tiếp. *"yên tâm rồi, bọn họ hỏi đường đó mà,"* Toàn nói. Hai mươi phút sau xe tiếp tục lăn bánh, vừa chạy được một quãng tôi thấy bên lề đường, một taxi không có hành khách, tài xế đang lui cui thay bánh. Không biết đó có phải là chiếc xe đã đón hụt chúng tôi lúc nãy không, tôi tự hỏi?

(từ trái) Ông tài xế taxi, tác giả và Toàn tại sân Intourist Hotel. *(Hình tư liệu của tác giả)*

Xe dừng lại ở số 3 đại lộ Tverakaia, Intourist đây rồi. Ngoài 300 rúp Toàn trả, tôi dúi vào tay ông tài xế 20 đô la, mắt ông ánh lên vẻ vui sướng. Hai mươi dollars tức là 2,000 rúp bằng lương hai tháng của công nhân Nga, cũng đủ đền bù công ông vất vả.

Đêm Mockba lạnh lẽo, tôi đói cồn cào. Mockba ơi! Tôi thầm gọi, tôi sẽ nhớ mãi ngày 14 Tháng Hai này.

Ốp Búa Liềm: Một khía cạnh sinh hoạt của người Việt trên đất Nga

"Bọn anh đừng nói gì cả nhé, cứ quan sát thôi, mọi việc mặc em bố trí, người Việt buôn bán tại đây rất ngại người lạ dòm ngó. Có ai hỏi thì cứ bảo ở Việt Nam qua du lịch." Toàn dặn đi dặn lại điều đó trước khi chúng tôi đặt chân tới Ốp Búa Liềm.

Ốp tiếng Nga có nghĩa là ký túc xá dành cho công nhân. Ốp Búa Liềm, tọa lạc trên đường Rustavenli cách trung tâm Mockba 25 phút lái xe, là ký túc xá của công nhân nhà máy Búa Liềm, và cũng là nơi ở của 100 công nhân Việt Nam và khoảng vài chục người khác được gọi là dân "lưu vong" đến đây trú ngụ và buôn bán bất hợp pháp. Bằng cách dùng tiền "đút lót" người quản lý Ốp và công an, những người sống bất hợp pháp này thản nhiên trong việc ra vào ốp.

Theo một bản tin của Sứ Quán Việt Nam tại Nga, kể từ Tháng Mười Hai, 1989, Cộng Sản Việt Nam đưa sang Liên Xô (tên gọi chỉ các nước Cộng Hòa hiện nay độc lập) 103,392 người lao động hợp tác trong đó có 52% là nữ. Sau nhiều đợt bổ sung và đưa về nước, tính đến nay (1992) tổng số người

Việt ở Liên Xô còn lại là 52,000 được phân bổ làm việc tại 370 nhà máy, xí nghiệp ở 73 tỉnh, thành phố thuộc Liên Xô. Trong số người nói trên có đến 40,000 làm việc tại 260 xí nghiệp rải rác ở 49 tỉnh thuộc Cộng Hòa Nga. Trước khi Cộng Hòa Liên Bang Xô Viết sụp đổ, với đồng lương trung bình là 200 rúp một tháng, so với giá thịt heo 1 rouble/1 kg, gạo 0.80/kg, tủ lạnh loại 120 lít/250 rúp, đời sống công nhân Việt Nam ở đây tương đối khá ổn. Sau khi Cộng Hòa Nga tự trị và trở thành một nước trong Cộng Đồng Thịnh Vượng Chung, lương những người công nhân này thay đổi, 500 rúp một tháng nhưng thịt heo tăng lên 100 rúp/1kg, gạo 40 rúp/1kg, tủ lạnh dung lượng 120 lít/5,000 rúp một cái.

Trở lại sinh hoạt của Ốp Búa Liềm, có thể tóm tắt thế này: đây là nơi sẵn sàng thu mua tất cả mọi mặt hàng xuất xứ từ bất kỳ đâu, kể cả mua hàng tấn hàng của "ai đó" "đánh" từ Việt Nam sang bằng máy bay Aeroflot. Dĩ nhiên người mua thanh toán ngay bằng tiền mặt - "đồng xanh." Những tiếng lóng chúng tôi nghe người Việt nói với nhau ở Ốp Búa Liềm: Xanh (đô la Mỹ), Đỏ (vàng), bộ đội (những người Việt sống bất hợp pháp ở Nga), gió béo (áo gió loại lớn), gió gầy (áo gió loại nhỏ), quần bò (quần jean)... về giá cả, một chiếc áo gió béo tại Việt Nam giá khoảng 4 dollars khi "đánh" qua Nga người chủ hàng lời từ 2-3 đô la một cái. Qua tay nhiều trung gian, người tiêu thụ phải mua với giá khoảng 18 đô la tức 1,800 rúp một chiếc. Một bộ đồ ngủ mua tại Việt Nam khoảng 2 đô la, bán tại Nga là 5 đô la. Ngoài ra chúng tôi quan sát thấy nhiều mặt hàng khác như xà bông tắm giặt, đồng hồ điện tử, thuốc lá, cá khô, quần bò được bán sỉ tại đây. Có thể nói Ốp Búa Liềm cũng như các ốp khác, Ốp 5, Ốp Ngọn Cờ,... là một trong những nguồn cung cấp hàng không những cho người Việt mà cả cho người bản xứ tại Nga và các nước Cộng Hòa vùng Baltic. Những ngày ở Nga, tôi nghe nhiều người nói là do buôn bán, có ít nhất năm ba người Việt tài sản lên tới cả triệu Mỹ kim.

Do số người tấp nập ra vào buôn bán, một dịch vụ khác đã được người Việt tại Ốp Búa Liềm "triển khai triệt để": dịch vụ ăn uống. Ở hành lang, ở cầu thang, chúng ta thấy các tờ giấy dán trên tường với dòng chữ: "phòng 412 có phở, bò, gà," "phòng 220 có bánh cuốn," "lầu 3, phòng 309 có bia, rượu, đồ nhậu đủ loại"... Những người buôn hàng ăn này kiếm được khá tiền. Một dĩa bánh cuốn nhỏ 35 rúp, một dĩa xôi đậu xanh 50 rúp, một tô phở (thật ra chỉ là mì sợi) 30 rúp... Ngoài ra chúng tôi còn gặp người bán tiết canh lòng lợn tại các phòng. Buôn bán, ăn nhậu, bài bạc dẫn đến ẩu đả, đâm chém là việc thường xảy ra. Tình trạng nhân viên sứ quán Việt Cộng tại Nga "ô dù" (che chở) "tư túi" (tham nhũng của công) được mô tả là đầy rẫy.

Sáng ngày 15 Tháng Hai, chúng tôi đến Đôm 5 mà không được phép vào vì đêm trước một công nhân Việt Nam buôn vàng bị chết vì nổ bình hơi lúc phân kim. Đôm 5 là cư xá của sinh viên Việt Nam thuộc quyền quản trị của Viện Hàn Lâm Nga. Đôm 5, Ốp Búa Liềm, Ốp Ngọn Cờ đều là nơi buôn bán

nổi tiếng của người Việt tại Mockba. Theo lời Toàn, trước kia
còn có Ốp Jean chuyên bán quần bò nay đã bị dẹp.

Ở tận sông Hồng em có biết... quê hương Nga hổng có gì ăn

Câu trên là một đoạn trong bài hát của cộng sản được cải
lời mà người dân trong nước vẫn hát sau 1975. Quả tình
"quê hương Nga" hổng có gì ăn thiệt. Trong suốt thời gian 6
ngày ở Mockba, Toàn, Bằng và tôi khốn khổ tột cùng trong
việc tìm cái ăn.

Ngày nào cũng thế, dù ra khỏi thành phố 2 tiếng lái xe,
đến giờ trưa chúng tôi vẫn phải quay trở lại trung tâm
Mockba kiếm thức ăn. Hoặc Toàn vào Ốp Búa Liềm mua,
hoặc ghé McDonald's, còn nếu muốn ăn quán thì thường
phải đi mấy chỗ liền mới tìm được quán mở cửa. Chưa hết,
còn phải biết cách "làm việc riêng" nữa, nghĩa là đút tiền thì
mới có bàn ngồi (mặc dù bàn còn trống). Quán Peking chẳng
hạn, quán lớn nhất Mockba, nếu ngồi khu trả bằng "xanh"
thì 20 Mỹ kim một dĩa cơm chiên tôm gà. Cũng y như vậy bên
khu trả bằng rúp thì giá là 300 rúp một dĩa tức là 3 đô la. Mà
bên nào cũng thế đều phải biết "làm việc riêng."

Quán Korean ở đường Kalantchiovskaia là tôi không quên
được. Cách Quảng Trường Đỏ một tiếng lái xe, quán này là

loại hợp doanh của người Bắc Hàn và Nga. Nhìn ba cái chén được dọn ra tôi đã hết cảm thấy đói. Hai trong ba cái, miệng chén bị bể bằng đầu ngón tay út, lòng chén còn bợn chút bột xà bông rửa. Tôi quyết định ăn bánh bao để khỏi dùng chén. Tôi ăn uống dễ tính vậy mà mới cắn miếng đầu tiên tôi đã vội nhả ra lấy muỗng moi ruột và bỏ vỏ xuống bàn. Bằng hỏi, *"tệ lắm hả?"* và không muốn "đi vào vết xe" của tôi, Bằng cũng chỉ moi ruột bánh bao ăn.

Tô "phở lạnh" mới kinh. Gọi là phở nhưng thật ra là mì với ít cọng hành và vài lát thịt, còn nước dùng, tôi thề có Trời nó là nước lạnh thuần túy không mắm muối.

Cả Bằng và tôi đều đụng đũa rồi bỏ nguyên tô. Toàn khôn hơn, đã chọn món thịt nướng ngay từ đầu. Chúng tôi bắt chước Toàn gọi hai đĩa thịt nướng. Cũng an ủi phần nào, có còn hơn không. Lúc sau về lại Pháp, Bằng có nói với tôi, tí nữa anh ọc ra giữa bàn khi thử món phở lạnh nhưng đã cố gắng nuốt cơn nôn nao xuống.

Lúc đứng dậy trả tiền, chúng tôi xúc động vô cùng khi thấy một gia đình Nga bốn người đang ngấu nghiến bánh bao ở bàn bên cạnh. Tôi nghĩ, giá họ được thưởng thức bánh bao Bà Cả Cần ở Saigon trước 1975.

McDonald's thì khác hẳn, rộng rãi, sạch sẽ, nhân viên phục vụ vui vẻ, niềm nở. So sánh giữa một tiệm McDonald's tại Nga và loại tiệm này tại Mỹ, chúng ta thấy tiệm ở Nga có bốn điểm khác biệt; rộng gấp mười những tiệm bên Mỹ, không có café, ketchup phải trả tiền giá 5 rúp một gói và cuối cùng là, khách ăn xong cứ để mặc mọi thứ trên bàn, người phục vụ sẽ dọn dẹp. Chúng tôi ăn bốn cái Big Mac, bốn ly medium Coke, hai gói French Fries giá 7 đô la. Rẻ bằng một nửa bên Mỹ nhưng sau những ngày đầu tò mò, số người Nga vào McDonald's giảm hẳn đi vì giá vẫn quá cao so với lương của họ.

Đọc tới đây chắc có người sẽ tự hỏi, cái ăn kiếm khó thế làm sao dân Nga sống, không lẽ họ sống bằng... khẩu hiệu. Xin thưa, sống được chứ, nhưng với giá bao cấp. Chế độ bao cấp, đại loại là, lương công nhân 1,000 rúp một tháng, gia đình hộ 2 phòng, 50 rúp một tháng tiền nhà, điện ga sưởi 30 rúp, xăng 1 lít/1 rúp (tức 1 Mỹ kim mua được 25 gallon). Số tiền còn lại là mua thực phẩm giá quốc doanh tức phải xếp hàng, 8 rúp một ổ bánh mì, 60 rúp một chai vodka... Riêng về nhà ở, toàn thành phố Mockba chỉ có một loại nhà là chung cư cao 20 tầng, ngoài ra không tìm đâu ra một căn nhà xây riêng rẽ. Tập thể hóa đến thế đúng là "cái nôi của vô sản."

Quảng Trường Đỏ và phố Arbat

Cả ngày Chủ Nhật 16 Tháng Hai chúng tôi dành để thăm

Quảng Trường Đỏ và phố Arbat.

Trời bão tuyết và nhiệt độ được loan báo là 18 dưới 0 độ C. Vừa ra khỏi taxi, chúng tôi đụng đầu ngay với một đám biểu tình với cờ búa liềm, hình Lênin. Những người này phản đối việc chính phủ Yeltsin dự định dời xác Lênin ra khỏi Quảng Trường Đỏ. Đoàn người dễ có đến cả ngàn, tương đối trật tự, vừa tiến vào lăng Lênin vừa hô khẩu hiệu. Tôi nói với Bằng, *"diễn tập dân chủ đấy, trước kia thì sức mấy, chết với KGB ngay."*

Một bà già Nga 62 tuổi, bà Katarosvic, đề nghị làm hướng dẫn viên cho chúng tôi với giá 50 rúp. Tính ra chỉ có 50 cent Mỹ cho 3 tiếng đồng hồ, bà dẫn chúng tôi xem mộ Peter Đại Đế và con cháu, những kiến trúc cổ của các nhà thờ Chính Thống Giáo Nga, những khẩu đại bác của Nã Phá Luân để lại trong cuộc rút chạy 1812... Riêng lăng Lênin chúng tôi từ chối vào xem, chẳng ích lợi gì cả. Với một giọng Anh rất khó nghe, bà Katarosvic đã vất vả khi phải giải thích cho chúng tôi về các di tích ở quảng trường này. Giống như bao bà mẹ khó tính khác, bà muốn "gìn giữ" chúng tôi như "bảo vệ con ngươi trong mắt mình," bà dặn đi dặn lại, đừng mua gì ở đây, nón Hồng Quân, đồ kỷ niệm chúng nó bán đắt lắm và nhất là đừng cho thuốc lá cái lũ thanh niên bám theo, chúng nó không tốt lành gì đâu. Các cô cậu Nga bám theo tôi xin thuốc lá làu bàu tiếng Nga với bà.

Lúc chia tay, tôi biếu bà Katarosvic 400 rúp, bà ngần ngừ có ý không muốn nhận vì số tiền nhiều quá. Tôi nhét vào túi bà rồi leo vội lên xe taxi. Tội nghiệp bà thư ký hành chánh của chính phủ, hai ngày cuối tuần làm thêm như vậy không rõ bà kiếm được bao nhiêu. Tôi cầu chúc cho các bà mẹ Nga cuộc đời sớm sáng sủa.

Rời McDonald's lúc 3 giờ, chúng tôi mua thêm 2 ly Coke và đi Arbat. Kinh nghiệm mấy ngày nay cho thấy chẳng đào đâu ra được nước uống dọc đường, dù là nước lạnh.

Tác giả trên phố Arbat, người cầm thuốc lá đứng bên trái là Toàn. *(Hình tư liệu của tác giả)*

Arbat là một khu phố chuyên bán những đồ vật kỷ niệm cho du khách tọa lạc ngay trung tâm Mockba trên đường

Kalinine, người qua lại tấp nập. Tôi nhận ra nhiều loại ngôn ngữ ở đây, Mỹ, Pháp, Đức, Nhật và cả Việt Nam nữa. Riêng những người Việt Nam đến đây hầu như chỉ để bán hàng. Nón lông có huy hiệu hồng quân 10 đô la, quần áo mùa Đông của Hồng Quân 60 đô la, búp bê Nga La Tư 12 con 70 đô la, áo phụ nữ làm bằng lông thú giá từ 160 đến 900 đô la. Một người bạn gái bên Pháp cho tôi biết giá một bộ áo lông như thế tại Paris đắt gấp bốn lần.

Khu Arbat ăn mày đông vô kể. Họ bám theo chúng tôi và chỉ xin... đô la Mỹ thôi. Cho 50 rúp không chịu, nhất định xin bằng được 1 đô la, họ còn kèo nài cả thuốc lá và bật lửa nữa. Toàn đã phải "rủa" tiếng Nga và giằng họ ra chúng tôi mới đi thoát. Tôi ghi nhận thấy hiện tượng bói toán, chỉ tay khá phổ biến ở đây. Hai ba người lính Nga túm tụm quanh một bà xem chỉ tay. Hình ảnh này tôi cũng thấy ở khách sạn Intourist đêm đầu tiên. Cửa hàng mậu dịch quốc doanh gần khu Arbat thì sơ sài. Mặt hàng chỉ có ít quần áo, chén dĩa, vật dụng trong nhà như xà bông, kem đánh răng, thuốc lá. Thuốc lá thì tệ vô cùng, bập được vài hơi lại tắt, mùi khét lẹt. Ngay cửa ra vào, cơ man là người. Đàn ông, con gái, bà già, con nít, những người này tay cầm đôi giày, cái áo, gói thuốc, chai rượu mời chào người qua lại. Trước khi đi kiếm cái ăn (lại cái ăn), chúng tôi ghé ngang International Bar and Shopping mà người bản xứ gọi là cửa hàng ngoại tệ. Ở đây chỉ nhận "xanh" tức đô la Mỹ. Đủ thứ, quần áo, máy móc, bánh kẹo, rượu thuốc lá toàn đồ ngoại. Một hộp bánh ngọt 11 đô la (loại này mua ở Savon tại Mỹ 5 đô la) rượu Remy Martin loại 3/4 lít giá 40 đô la (mua tại Mỹ 28 đô la)... Thấy tôi tò mò quan sát hai người Việt Nam mua máy cassette ở đây, Toàn ghé tai tôi nói nhỏ, *"dân Ốp Búa Liềm đấy anh ạ."*

*

Ra khỏi quán Hà Nội lúc 12 giờ 30 khuya, trời lạnh như cắt từng thớ thịt. Nằm trên Đại lộ Profsolozlae (Đại lộ Công Đoàn), đối diện quán Hà Nội là đài kỷ niệm Hồ Chí Minh. Đài kỷ niệm là một tấm đồng tròn đường kính khoảng 3 thước ở giữa khắc khuôn mặt Hồ Chí Minh. Tôi chỉ tay lên đó và hỏi Toàn, *"dân Nga đã giật sập các tượng đài Lênin, họ còn để lại hình ảnh đó làm gì?"* *"Rồi cũng đến phiên thôi anh ạ,"* Toàn đáp. *"Toàn nghĩ gì về ông ấy?,"* tôi tiếp. *"Em cũng chẳng ưa đâu anh ạ, thời buổi này còn ai tôn sùng lãnh tụ nữa cơ chứ."* Toàn trả lời.

Đón mãi taxi không có, tôi sắp chết rét thì nguyên một chuyến xe bus ngừng lại. Trên xe chỉ có hai bà già Nga ngủ gà ngủ gật. Sau một màn mặc cả với Toàn, tài xế ngoắc tay bảo chúng tôi lên và cho xe quay ngược lại hướng cũ đưa chúng tôi về chỗ ở trong khu nhà tập thể của nhân viên Viện Hàn Lâm nơi Toàn làm việc. Hai trăm rúp tức 2 dollars mà được nguyên chiếc xe bus "phục vụ." Toàn nói với tôi, xe quốc doanh đấy, họ làm "nghiệp dư" kiếm sống.

Quả tình tôi rất ái ngại và cảm thấy có lỗi với hai bà già lên xe trước bọn tôi, nay phải đi thêm một đoạn nữa. Tôi nói cảm tưởng này với Toàn, Toàn tỉnh như ruồi, nói, *"hơi đâu mà 'thương vạy khóc mướn', bọn Nga chúng nó sống quen thế rồi trong xã hội Cộng Sản."*

Lính Nga xem bói trên đường phố Arbat, Mockba. *(Hình tư liệu của tác giả)*

Sáu ngày với cái lạnh và đói ở Mockba rồi cũng đến lúc chia tay. Bằng và tôi bay về Paris ngày 19 với lời cầu xin mọi việc êm xuôi. Qua cổng hải quan, kỷ niệm chót của chúng tôi tại xứ này là mỗi đứa phải "thông cảm" 20 đô la cho nhân viên di trú kiểm soát thông hành. Nếu không, người "anh em" gây khó dễ thì "làm gì nhau."

Phi cơ đảo một vòng trên bầu trời Mockba, mới 5 giờ chiều mà trời tối sập.

Thôi nhé, từ giã Mockba. Tôi chợt nhớ Jenna. Cầu chúc xứ sở cô sớm tốt đẹp.

Tôi cũng ước mong điều này cho đất nước tôi, Việt Nam.

Made in the USA
Columbia, SC
03 September 2021